നിലമ്പൂർ ആയിഷ

ജീവിതത്തിനും അരങ്ങിനുമിടയിൽ

nilaboor aisha
jeevithathinum araginumidayil

•

written by
rajesh k erumeli
rajesh chirappad

•

first edition
february 2017

•

second edition
december 2018

•

typesetting & published
chintha publishers, thiruvananthapuram

•

cover
vinod

വിതരണം

ദേശാഭിമാനി ബുക്ക് ഹൗസ്

H O തിരുവനന്തപുരം-695 035
phone: 0471-2303026, 6063026
www.chinthapublishers.com
chinthapublishers@gmail.com

ബ്രാഞ്ചുകൾ

ഹെഡ്ഡാഫീസ് ബ്രാഞ്ച് കുന്നുകുഴി • സ്റ്റാച്യു തിരുവനന്തപുരം • കെ എസ് ആർ ടി സി ബസ് സ്റ്റേഷൻ ആലപ്പുഴ • കെ എസ് ആർ ടി സി ബസ് സ്റ്റേഷൻ എറണാകുളം • മച്ചിങ്ങൽ ലെയ്ൻ തൃശൂർ • ഐ ജി റോഡ് കോഴിക്കോട് • മാവൂർ റോഡ് കോഴിക്കോട് • എൻ ജി ഒ യൂണിയൻ ബിൽഡിങ് കണ്ണൂർ • സെൻട്രൽ ബസ് ടെർമിനൽ കോംപ്ലക്സ് താവക്കര കണ്ണൂർ

CO - 1958 / 4822
ISBN - 978-93-86364-49-4

നിലമ്പൂർ ആയിഷ
ജീവിതത്തിനും അരങ്ങിനുമിടയിൽ

എഴുത്ത്

രാജേഷ് കെ എരുമേലി
രാജേഷ് ചിറപ്പാട്

ചിന്ത പബ്ലിഷേഴ്സ്
തിരുവനന്തപുരം-695 035

നിലമ്പൂർ ആയിഷ

മലയാള നാടക-സിനിമ മേഖലയിലെ ശ്രദ്ധേയമായ സാന്നിദ്ധ്യം. നാടകപ്രസ്ഥാനത്തിന്റെ ചരിത്രത്തിലെ സ്ത്രീ സാന്നിദ്ധ്യം. കേരളത്തിലെ രാഷ്ട്രീയ നാടക വേദിയിലൂടെയാണ് നിലമ്പൂർ ആയിഷ എന്ന അഭിനേത്രി തന്റെ കല, ജീവിതം ആരംഭിക്കുന്നത്. ഇ കെ അയ്മുവിന്റെ *ജ്ജ് നല്ല മനിസനാവാൻ നോക്ക്* എന്ന പ്രശസ്തമായ നാടകത്തിലൂടെ അരങ്ങിലെത്തി. മുസ്ലീം സമുദായത്തിൽ നിന്ന് ഒരു സ്ത്രീ നാടകരംഗത്തേക്ക് കടന്നുവന്നത് യാഥാസ്ഥികികരെ പ്രകോപിപ്പിച്ചു. നിരവധി എതിർപ്പുകൾ അവർക്ക് നേരിടേണ്ടിവന്നു. മലയാള നാടകവേദിക്ക് നല്കിയ സമഗ്ര സംഭാവനയ്ക്ക് ഉപരി കേരള ഗവൺമെന്റ് എസ് എൽ പുരം സദാനന്ദൻ അവാർഡ് (2008) നല്കി ആദരിച്ചു. മികച്ച നടിക്കുള്ള സംഗീത നാടക അക്കാദമി പുരസ്കാരം, മികച്ച രണ്ടാമത്തെ നടിക്കുള്ള (2002) കേരള സംസ്ഥാന ചലച്ചിത്ര പുരസ്കാരം 2011 എന്നിവ ലഭിച്ചു.

രാജേഷ് കെ എരുമേലി

പത്രപ്രവർത്തകനും എഴുത്തുകാരനും. കേരള ഭാഷാ ഇൻസ്റ്റിറ്റ്യൂട്ട് ഭരണ സമിതിയംഗം.

ജീവിതപങ്കാളി : സ്നേഹലത
മകൻ : തരുൺ
വിലാസം : കാവുംപാടം വീട്, കനകപ്പലം തപാൽ
എരുമേലി, കോട്ടയം - 686509.
ഫോൺ : 9947881258
email : rajeshkerumeli@gmail.com

രാജേഷ് ചിറപ്പാട്

നിരൂപകനും എഴുത്തുകാരനും. ഇപ്പോൾ ചിന്ത പബ്ലിഷേഴ്സിൽ സബ് എഡിറ്റർ. കേരള ഭാഷാ ഇൻസ്റ്റിറ്റ്യൂട്ട് ഭരണ സമിതിയംഗം.

ജീവിതപങ്കാളി : വിജില ചിറപ്പാട്
വിലാസം : എഡിറ്റോറിയൽ വിഭാഗം
ചിന്ത പബ്ലിഷേഴ്സ്
എ കെ ജി സെന്ററിനു സമീപം
തിരുവനന്തപുരം - 695 035
ഫോൺ : 8113904202
email : rajeshchirappadu@gmail.com

ഉള്ളടക്കം

പ്രസാധകക്കുറിപ്പ്

സമ്പന്ന കുടുംബത്തിൽ ജനിച്ചെങ്കിലും ചോർന്നുപോയ സമ്പൽസമൃദ്ധി അയവിറക്കി ദുരിത ജീവിതം നയിച്ച കലാകാരിയാണ് നിലമ്പൂർ ആയിഷ. പെൺകുട്ടികളെ സ്കൂളിൽ അയയ്ക്കാൻ കൂട്ടാക്കാതിരുന്ന സാമുദായിക സാഹചര്യത്തെ നേരിട്ട് മകളെ സ്കൂളിൽ അയച്ചുപഠിപ്പിക്കാൻ തയ്യാറായ ബാപ്പ; സന്തുഷ്ടമായ സാഹചര്യം.
മലബാർ കലാപത്തോടെ സ്ഥിതിഗതികൾ മാറി. ദാരിദ്ര്യവും അവശതകളും കുടിയേറി. സ്കൂൾപഠനം തുടരാൻ കഴിയാതായി. പിന്നെ വറുതിയുടെ ജീവിതം. ക്രമേണ നാടകത്തിൽ എത്തിച്ചേർന്നു. എതിർപ്പുകളെ നേരിട്ടുകൊണ്ട് കാലക്രമേണ മികച്ച അഭിനേത്രിയും ഗായികയുമായി. കലാജീവിതം ആയിഷയെ പുരോഗമനപ്രസ്ഥാനത്തിന്റെ അവിഭാജ്യ ഭാഗമാക്കി മാറ്റി.
അർഹമായ വിധത്തിൽ അടയാളപ്പെടുത്തപ്പെടേണ്ടതാണ് ആയിഷയുടെ അരങ്ങിലെയും ജീവിതത്തിലെയും അനുഭവങ്ങൾ. ആ ദിശയിലേക്കുള്ള ഒരു എളിയ പരിശ്രമമാണ് ഈ പുസ്തകം. സദയം സ്വീകരിക്കുക.

ചിന്ത പബ്ലിഷേഴ്സ്

ബാല്യകാലം

ഞാൻ ജനിച്ചതും വളർന്നതും നിലമ്പൂരിലെ മുക്കട്ട എന്ന പ്രദേശത്തായിരുന്നു. നിലമ്പൂർ റോഡ് റെയിൽവേ സ്റ്റേഷന് വടക്കുപടിഞ്ഞാറാണ് മുക്കട്ട എന്ന ദേശം. തേക്കിൻകാടിനാൽ സമൃദ്ധമാണ് നിലമ്പൂർ. ഷൊർണ്ണൂരിൽനിന്ന് നിലമ്പൂരിലേക്ക് റെയിൽവേ ലൈൻ ആരംഭിക്കുന്നതുതന്നെ നിലമ്പൂരിൽനിന്ന് തേക്കിൻതടികൾ കൊണ്ടുപോകാനായിരുന്നു. ആദ്യകാലത്ത് അതുകൊണ്ടുതന്നെ ഗുഡ്സുകളായിരുന്നു ഇതിലേ ഓടിയിരുന്നത്. പിന്നീട് കുറെ വർഷങ്ങൾ കഴിഞ്ഞാണ് യാത്രചെയ്യുന്നതിനായി ട്രെയിനുകൾ എത്തിത്തുടങ്ങിയത്.

പ്രതാപിയായ ബാപ്പ

എന്റെ ബാപ്പയുടെ പേര് മൂത്തേടത്ത് അഹമ്മദ് കുട്ടി. ഉമ്മയുടെ പേര് എരഞ്ഞിക്കൽ കുഞ്ഞാച്ചുമ്മ. നിലമ്പൂർകോവിലകത്തുനിന്നും ബാപ്പയ്ക്കു 'മുത്തുപ്പട്ട'എന്ന പേരു കല്പിച്ചു നല്കിയിരുന്നു. ഞങ്ങടെ നാട്ടിലെ ഏതുപ്രശ്നവും ബാപ്പയ്ക്കു മുന്നിലാണ് ആദ്യമെത്തുക. കൊല ചെയ്തയാൾ നേരിട്ടുവന്ന് കാര്യം പറഞ്ഞാൽ അതിൽ നീതിയുണ്ടെങ്കിൽ എല്ലാം ഞാൻ നോക്കിക്കോളാം എന്നു പറഞ്ഞ് അയാളെ പറഞ്ഞയയ്ക്കും. ബാപ്പ പറയുന്നത് അനുസരിക്കാൻ ആൾക്കാർ തയ്യാറാവുമായിരുന്നു. പറഞ്ഞ കാര്യങ്ങൾ നടപ്പിൽ വരുത്താൻ ധാരാളം സഹായികളും ബാപ്പയ്ക്കുണ്ടായിരുന്നു. ലൈസൻസുള്ള തോക്ക് അന്ന് നിലമ്പൂരിൽ ഉപയോഗിച്ചിരുന്നത് ബാപ്പ മാത്രമായിരുന്നു. എന്തെങ്കിലും പ്രശ്നങ്ങളുമായി ആളുകൾ അക്കാലത്ത് പൊലീസ് സ്റ്റേഷനിലെത്തിയാൽ സബ് ഇൻസ്പെക്ടർ അവരോട് ഒരു ചോദ്യം ചോദിക്കും, "മുക്കട്ടയിൽ മുത്തുപ്പട്ട അഹമ്മദ് കുട്ടിയെ അറിയുമോ, അദ്ദേഹത്തെ കണ്ടിരുന്നോ?"

അഹമ്മദ്കുട്ടിക്ക് പരിഹരിക്കാൻ കഴിയാത്ത പ്രശ്നമാണെങ്കിൽ ഇവിടെയും അതിന് പരിഹാരമുണ്ടാകില്ല.

പ്രത്യേകതരം വേഷമായിരുന്നു ബാപ്പയുടേത്. വട്ടക്കഴുത്തുള്ള അലക്കിത്തേച്ച വെള്ളക്കുപ്പായമാണ് ബാപ്പ ധരിച്ചിരുന്നത്. ഇതിന്റെ നീളം മുട്ടോളമെത്തും. കുപ്പായത്തിന്റെ കുടുക്കുകൾ സ്വർണ്ണംകൊണ്ടുള്ളവയാണ്. വെള്ള മുണ്ട്, ബ്രൗൺ നിറത്തിലുള്ള ഷൂസ്, വെള്ള തൊപ്പി ഇവകൂടാതെ രണ്ടാം മുണ്ടായി വെള്ളത്തോർത്ത് എന്നിവയും ബാപ്പ അണിഞ്ഞു. മരക്കാലിന്റെ കുട, സ്വർണ്ണച്ചങ്ങലയുള്ള പോക്കറ്റ് വാച്ച്, എന്നിവയും ബാപ്പയുടെ കൈയിലുണ്ടായിരുന്നു. ഇതെല്ലാം അണിഞ്ഞുകൊണ്ടുള്ള ബാപ്പയുടെ വരവ് ഞങ്ങൾ നോക്കി നില്ക്കാറുണ്ട്.

നോമ്പു കാലങ്ങളിൽ വൈകുന്നേരം ബാപ്പ വാതിലിന്റെ അടുത്തു പോയി പുറത്തേക്ക് നോക്കിനില്ക്കും. എന്നിട്ട് വഴിയിലൂടെ പോകുന്നവരെ നോമ്പുതുറക്കാൻ വീട്ടിലേക്ക് ക്ഷണിക്കും. വീട്ടിലെത്തുന്നവർക്ക് പത്തിരി, കോഴിക്കറി, ഇറച്ചി പൊരിച്ചതുൾപ്പെടെയുള്ള വിഭവങ്ങൾ നല്കി സൽക്കരിക്കും. ഇത് നോമ്പുകാലം തീരുന്നതുവരെ തുടരും. പഞ്ചാരപ്പാറ്റ എന്ന വിഭവം ഇവിടത്തെ പ്രത്യേകതയാണ്. മമ്പാട്ടുകാരുടെ സ്പെഷ്യലാണത്. കോഴിമുട്ടയിൽ പഞ്ചസാര ചേർത്ത് അടിച്ച് ഉണ്ടാക്കുന്നതാണ് ഈ വിഭവം. അക്കാലത്ത് നോമ്പുതുറക്കഞ്ഞിയിൽ ജീരകവും തേങ്ങയും അരച്ചു ചേർക്കും അതിനൊരു പ്രത്യേക രുചിതന്നെയാണ്. അലീസ എന്ന മധുര പലഹാരം നോമ്പുകാലത്തെ മറ്റൊരു പ്രധാനപ്പെട്ട വിഭവമാണ്. ഗോതമ്പു മാവിൽ പഞ്ചസാര, പാൽ, നെയ്യ് എന്നിവ ചേർത്താണ് ഇത് ഉണ്ടാക്കുന്നത്. നോമ്പുകാരെ വിളിച്ച് സൽക്കരിക്കുന്നതിനൊപ്പം അവർക്ക് സക്കാത്ത് കൊടുക്കാനും ബാപ്പ മടികാണിക്കാറില്ല.

പുരോഗമനകാരിയായ ബാപ്പ

ബാപ്പ പുരോഗമന സ്വഭാവമുള്ള ആളായിരുന്നു. അത് പറയാൻ കാരണമുണ്ട്. അക്കാലത്ത് മുസ്ലീം പെൺകുട്ടികൾ പഠിക്കാൻ സ്കൂളുകളിൽ പോയിരുന്നില്ല. എന്നാൽ ബാപ്പ ഞങ്ങളെയെല്ലാം വിദ്യാഭ്യാസം ചെയ്യിക്കാൻ തയ്യാറായി. അങ്ങനെയാണ് എന്നെയും സ്കൂളിൽ ചേർത്തത്. അതുമാത്രമല്ല, നാട്ടിലെന്തെങ്കിലും പുതിയ കാഴ്ചകൾ വന്നാൽ, ഉദാഹരണത്തിന് സർക്കസോ നാടകമോ മാജിക്കോ അങ്ങനെ എന്തുണ്ടെങ്കിലും ഞങ്ങൾക്ക് അതെല്ലാം കാണാനുള്ള അവസരം ബാപ്പ ഒരുക്കിത്തരുമായിരുന്നു. ചിലപ്പോഴൊക്കെ അത്തരം കലാസംഘങ്ങളെ വീട്ടിലേക്ക് ക്ഷണിച്ചുവരുത്തും. അവർ ഞങ്ങളുടെ വീട്ടുമുറ്റത്ത് പരിപാടികൾ അവതരിപ്പിക്കും. കാളവേല, ഉത്സവം എന്നിങ്ങനെ ഏതു പരിപാടി കാണണമെന്ന് പറഞ്ഞാലും ബാപ്പ ഞങ്ങളെ കൊണ്ടുപോകുമായിരുന്നു. ഞങ്ങളിലുള്ള കലാവാസനയെ തിരിച്ചറിയുവാൻ ബാപ്പയ്ക്ക് കഴിഞ്ഞിരുന്നു. മുസ്ലീം സ്ത്രീകളുടെ കെസ്സുപാട്ട്, പുരുഷന്മാരുടെ കോൽക്കളി, ഹിന്ദു

സ്ത്രീകളുടെ തിരുവാതിര കളി, ദളിതരുടെ കാളകളി ഇവയെല്ലാം ഞങ്ങളുടെ വീടിന്റെ മുറ്റത്ത് അവതരിപ്പിക്കപ്പെട്ടിരുന്നു. വീട്ടിലെ പെണ്ണുങ്ങളൊക്കെ അങ്ങനെയാണ് ഇത്തരം കലാപരിപാടികളൊക്കെ കണ്ടിരുന്നത്. അടുത്ത വീട്ടിലുള്ള പലരും ഈ പരിപാടികളൊക്കെ കണ്ടിരുന്നത് ഈ അവസരത്തിലാണ്.

എനിക്ക് താളബോധവും സംഗീത ബോധവുമൊക്കെ ഉണ്ടായത് ഇത്തരം പരിപാടികളൊക്കെ കണ്ടതുകൊണ്ടാണ്. ചെറുപ്പത്തിൽ തന്നെ മരം കേറാൻ എനിക്ക് കഴിയുമായിരുന്നു. ഒരു കവുങ്ങിൽനിന്ന് മറ്റ് കവുങ്ങിലേക്ക് ഞാൻ ആടിപ്പോകുമായിരുന്നു. ബാപ്പ ഇതിനെയൊന്നും എതിർത്തിരുന്നില്ല. കുട്ടികൾ അവരുടെ പ്രായത്തിലെ കളികൾ ആസ്വദിച്ച് വളരണമെന്നായിരുന്നു ബാപ്പ പറയാറുണ്ടായിരുന്നത്.

1937 സെപ്തംബർ 18 നാണ് ഞാൻ ജനിച്ചത്. എന്റെ ബാപ്പായ്ക്കും ഉമ്മയ്ക്കും ഏഴുമക്കളായിരുന്നു, നാലുപെണ്ണും മൂന്ന് ആണും. ഫാത്തിക്കുട്ടി, മാനു മുഹമ്മദ്, ആയിഷാ കുഞ്ഞാലൻ, സൈനബ, ആമിന, ഉമ്മർ എന്നിവരായിരുന്നു അവർ. ബാപ്പായ്ക്ക് വേറൊരു ഭാര്യയും അതിൽ രണ്ട് കുട്ടികളും ഉണ്ടായിരുന്നു. മൂത്തമ്മയെന്നാണ് ഞാൻ അവരെ വിളിച്ചിരുന്നത്. അവരുടെ കുട്ടികളുടെ പേര് കുട്ട്യസ്സനും ഫാത്തിമക്കുട്ടിയും. പിന്നെയാണ് എന്റെ ഉമ്മാനെ കല്യാണം കഴിക്കുന്നത്.

വലിയ സാമ്പത്തിക ശേഷിയുള്ള കുടുംബത്തിലാണ് ഞാൻ ജനിച്ചത്. നിലമ്പൂരിലെ വലിയ മരക്കച്ചവടക്കാരനായിരുന്നു എന്റെ ബാപ്പ. അക്കാലത്ത് ഇവിടെനിന്നും വിദേശത്തേക്ക് തടികൾ കയറ്റി അയയ്ക്കുമായിരുന്നു. നിലമ്പൂർ കോവിലകം വക കാടുകളിൽനിന്നാണ് അന്ന് മരം മുറിച്ചിരുന്നത്. കോവിലകത്തുള്ളവർക്ക് ബാപ്പയെ വലിയ ഇഷ്ടവും വിശ്വാസവുമായിരുന്നു. പോത്തിൻ വണ്ടിയിലാണ് കാട്ടിൽനിന്ന് വെട്ടിയ മരങ്ങൾ കൊണ്ടുവന്നിരുന്നത്. ഈ മരങ്ങൾ കല്ലായിയിൽ എത്തിച്ചിരുന്നത് ചാലിയാറിലൂടെയായിരുന്നു. അതിനായി മുളയും മരങ്ങളുംകൊണ്ട് തെരപ്പം എന്നുപേരുള്ള വലിയ ചങ്ങാടം ഉണ്ടാക്കി അതിൽ മരം കയറ്റി വിടുകയാണ് ചെയ്യുന്നത്. മരം കയറ്റിയ ചങ്ങാടം കല്ലായിപ്പുഴയുടെ കരയ്ക്ക് എത്തും. അവിടെ നിന്നാണ് വിവിധ സ്ഥലങ്ങളിലേക്ക് മരം കയറ്റി അയക്കുന്നത്. പ്രധാനമായും തിരുപ്പൂരിലേക്കാണ് മരം കയറ്റി അയച്ചിരുന്നത്. ബിസിനസ് കാര്യങ്ങൾക്കായി ബാപ്പ മിക്കപ്പോഴും തിരുപ്പൂരിലേക്ക് പോകാറുണ്ടായിരുന്നു. അക്കാലത്ത് ഞങ്ങടെ നാട്ടിൽ ചായപ്പീടികയിലെല്ലാം സമോവർ പ്രചാരത്തിലുണ്ടായിരുന്നു. ഇത് കത്തിക്കുന്നതിന് കരിയാണ് ഇന്ധനമായി ഉപയോഗിച്ചിരുന്നത്. കരിയുടെ കച്ചവടവും ബാപ്പ നടത്തിയിരുന്നു. കാട്ടിനുള്ളിൽ ചൂളയൊരുക്കിയാണ് കരിയുണ്ടാക്കിയിരുന്നത്. ഇത് ഒരാളെക്കൊണ്ട് ചെയ്യാവുന്ന കാര്യമല്ല. അതുകൊണ്ടുതന്നെ ബാപ്പയോടൊപ്പം ധാരാളം പണിക്കാർ ഉണ്ടായിരുന്നു.

ചായപ്പൊടിയുടെ കച്ചവടവും ഇതിനൊപ്പം ബാപ്പ നടത്തിയിരുന്നു. തേയില കൊണ്ടുവന്നിരുന്നത് ഗൂഡല്ലൂർ, ബത്തേരി, നീലഗിരി എന്നിവി

ടങ്ങളിൽനിന്നായിരുന്നു. ഇന്നത്തെപ്പോലെ ചായപ്പൊടി നിർമ്മാണത്തിന് വലിയ സംവിധാനങ്ങളൊന്നും അന്നില്ല. മരത്തിന്റെ ഉലക്കകൊണ്ട് തേയില ഇടിച്ചാണ് ചായപ്പൊടി ഉണ്ടാക്കുന്നത്. വീടിന്റെ സമീപത്ത് കെട്ടിയുണ്ടാക്കിയ നെടുമ്പുരയിൽ വെച്ചായിരുന്നു ചായപ്പൊടിയുടെ നിർമ്മാണം. ഇന്നത്തെപ്പോലെ കട്ടികുറഞ്ഞ തരിയായിയൊന്നും ചായപ്പൊടി ഉണ്ടാക്കാൻ കഴിഞ്ഞിരുന്നില്ല. പോത്തുംവണ്ടിയിൽ തന്നെയാണ് തേയിലയും കൊണ്ടുവന്നിരുന്നത്.

ആറേക്കറിലധികം പാടം ഞങ്ങൾക്കുണ്ടായിരുന്നു. അവിടെ പണിയെടുക്കാൻ ദളിത് വിഭാഗത്തിൽപ്പെട്ട നാല്പതോളം സ്ത്രീകൾ. അവരിൽ നീലി, നീലാണ്ടൻ, ഇണ്ണ്യാടി എന്നിവരുടെ പേരുകൾ എന്റെ ഓർമ്മയിലേക്ക് വരുന്നു. ഇവർക്ക് പ്രത്യേക കൂലി നിശ്ചയിച്ചിരുന്നില്ല. എന്നാൽ അവരെ അന്യരായിക്കാണാതെ വീട്ടിനുള്ളിലേക്ക് ക്ഷണിക്കുകയും ഭക്ഷണവും മറ്റും കൊടുക്കുകയും ചെയ്തിരുന്നു. പിന്നെ ഞങ്ങൾക്ക് രണ്ട് ആനയുണ്ടായിരുന്നു. പിന്നെ മറ്റ് പണിക്കാരും അവരുടെ കുടുംബവും.

ബാപ്പയുടെ വസ്ത്രങ്ങളൊക്കെ അലക്കാൻ ഒരു ധോബിയുണ്ടായിരുന്നു. തമിഴ്നാട്ടുകാരനായ ഒരു വീരമുത്തു. അയാൾ തമിഴ് ബ്രാഹ്മണനായിരുന്നു. ബാപ്പായുടെ എഴുത്തുകുത്തുകളൊക്കെ നടത്താൻ ഒരു മേനോൻ. അയാളുടെ പേര് ഇപ്പോൾ ഓർമ്മിക്കാനാവുന്നില്ല.

രാജകുമാരിയെപ്പോലെ എന്റെ ഉമ്മ

ഒരുപാട് വേലക്കാർ അന്ന് വീട്ടിലുണ്ടായിരുന്നു. അടുക്കളപ്പണിയെടുക്കാനായിട്ട് മൂന്നു മുസ്ലീം സ്ത്രീകൾ. എന്റെ ഉമ്മയുടെ ആഭരണങ്ങൾ ഉണ്ടാക്കാനായി രണ്ട് തട്ടാന്മാരുമുണ്ടായിരുന്നു. മാസാമാസം ഉമ്മ ആഭരണങ്ങൾ മാറ്റിക്കൊണ്ടിരുന്നു. ഉമ്മയ്ക്ക് ആഭരണങ്ങളോട് വലിയ ഭ്രമമായിരുന്നു. കാതിൽ ചിറ്റ്, കുമ്മത്ത്, കാതില എന്നിവ ഉമ്മ കാതിൽ ധരിച്ചിരുന്നു. മണിമാല പോലെ വട്ടത്തിലുള്ള ആഭരണമാണ് കാതില. മിന്നി എന്ന ആഭരണവും വട്ടത്തിലാണ്. ചങ്കേലസ്സാണ് കഴുത്തിൽ അണിയാറുള്ളത്. അരയിൽ ഏലസ്സും കെട്ടുമായിരുന്നു. ഗോതമ്പത്രമാലയും ഉമ്മ ചിലപ്പോഴൊക്കെ കഴുത്തിലിടും. ഗോതമ്പു മണിമാലയെന്നും ഇതിനെ വിളിക്കാറുണ്ട്.

സെരി വള, കുറി വള, ഒറ്റ എന്നിങ്ങനെയുള്ള പലതരം വളകളും ഉമ്മ അണിയാറുണ്ടായിരുന്നു. നാലുവളകൾ ഒരുമിച്ച് ചേർത്ത് പണിയുന്നതാണ് ഒറ്റ. അക്കാലത്ത് ആൺകുട്ടികൾ സ്വർണ്ണ അരഞ്ഞാണവും തണ്ടയും ഇടുമായിരുന്നു. സ്ത്രീകൾ സ്വർണ്ണ അരഞ്ഞാണം ഉപയോഗിച്ചിരുന്നില്ല. സ്വർണ്ണാഭരണങ്ങൾക്ക് യോജിക്കുന്ന വസ്ത്രങ്ങളായിരുന്നു ഉമ്മ ധരിക്കാറുണ്ടായിരുന്നത്. എന്റെ ജ്യേഷ്ഠത്തിക്കാണ് സ്വർണ്ണമൊക്കെ ധരിച്ചുനടക്കാനുള്ള ഭാഗ്യമുണ്ടായത്. ഉമ്മയേക്കാളും സ്വർണ്ണം ഉപയോഗിക്കാറുണ്ടായിരുന്നത് അവരായിരുന്നു.

ഉമ്മയെ പരിചരിക്കുന്നതിനായി നാല് സ്ത്രീകൾ എപ്പോഴും കൂടെയുണ്ടാവും. അടിച്ചുതളിക്കാരികളായിട്ട് മൂന്നു ഹിന്ദു സ്ത്രീകൾ. അതിൽ ഇണ്ണൂലി എന്ന സ്ത്രീയുടെ മുഖം ഇപ്പോഴും മനസ്സിലുണ്ട്. ബാപ്പയെപ്പോലെ മറ്റുള്ളവരെ സഹായിക്കാൻ ഉമ്മയ്ക്കും ഇഷ്ടമായിരുന്നു. വീട്ടിൽ കടം ചോദിച്ചുവരുന്നവർക്ക് വളയൂരി കൊടുക്കുന്നതുവരെ ഞാൻ കണ്ടിട്ടുണ്ട്. അക്കാലത്ത് സൈക്കിൾ യജ്ഞക്കാർ നാട്ടിൽ വരു

മ്പോൾ അവർക്ക് പണവും വസ്ത്രങ്ങളുമൊക്കെ എല്ലാവർഷവും ഉമ്മ കൊടുക്കാറുണ്ടായിരുന്നു. പെൺകുട്ടികളുടെ കല്യാണത്തിന് സഹായം ചോദിച്ചുവരുന്നവർക്ക് ഉമ്മ സ്വർണ്ണമാണ് കൊടുത്തിരുന്നത്. ഇതിനൊന്നും ബാപ്പ എതിരു പറയില്ലെന്ന് ഉമ്മയ്ക്കറിയാമായിരുന്നു.

നിലമ്പൂരിൽ ഞങ്ങടെ വീട്ടിലാണ് ആദ്യമായി ഒരു ഗ്രാമഫോൺ വാങ്ങുന്നത്. ഉമ്മയ്ക്ക് പാട്ടുകേൾക്കുന്നത് ഇഷ്ടമായിരുന്നു. ഗ്രാമഫോൺ തുറന്നാലുടനെ അയൽപക്കത്തുള്ളവർ പാട്ടുകേൾക്കാൻ എത്തുമായിരുന്നു. അവർക്ക് നല്ല സല്ക്കാരം തന്നെ ഉമ്മ ഒരുക്കും. ബദറുൽ മുനീർ, ഹുസ്നുൽ ജമാൽ എന്നിവരുടെ റെക്കാഡുകൾ ഉമ്മയുടെ ശേഖരത്തിലുണ്ടായിരുന്നു. അറബി മലയാളത്തിലുള്ള നിരവധി പാട്ടുകൾ ഉമ്മ പാടുമായിരുന്നു. അക്കാലത്ത് പ്രസവിക്കാറായ സ്ത്രീകളുടെ വീടുകളിൽ ചെന്ന് സുഖ പ്രസവത്തിനായി ചില സ്ത്രീകൾ പാട്ടുകൾ പാടുമായിരുന്നു. നഫീസത്തുമാല എന്ന പാട്ടായിരുന്നു പ്രധാനമായി പാടിയിരുന്നത്. പ്രസവ വേദന കുറയ്ക്കാനാണ് പാട്ടു പാടുന്നതെന്നാണ് ഇവർ പറയാറുള്ളത്. ചെറുപ്പത്തിൽ തന്നെ ഇതിന്റെ പൊള്ളത്തരം ഞാൻ ആലോചിച്ചിട്ടുണ്ട്. പ്രസവവേദന എടുക്കുന്ന പെണ്ണിന് എന്ത് പാട്ട് എന്ത് നഫീസത്തുമാല എന്നു ഞാൻ ചോദിക്കുമായിരുന്നു. അന്ന് പ്രസവമെടുത്തിരുന്നത് പേറ്റിച്ചിമാരായിരുന്നു. ഒത്താച്ചികളാണ് മുസ്ലീം സ്ത്രീകളുടെ പ്രസവമെടുക്കാൻ വന്നിരുന്നത്. ഒസ്സാൻമാരുടെ ഭാര്യമാരാണ് ഒത്താച്ചികൾ.

ഉമ്മയ്ക്ക് യാത്രചെയ്യാനായി മാത്രം പ്രത്യേക കാളവണ്ടിയുണ്ടായിരുന്നു. അന്നൊക്കെ കാളവണ്ടി ഒരു വീട്ടിലുണ്ടാവുക എന്നു പറഞ്ഞാൽ അവർ സമ്പന്നരാണെന്നാണ് അർത്ഥം. വിവിധയിനം വർണ്ണക്കടലാസുകൊണ്ട് അലങ്കരിച്ച ചെറിയ മണികൾ കാളവണ്ടിയിൽ കെട്ടുമായിരുന്നു. ഓലകൊണ്ട് നിർമ്മിച്ച പുരയിൽ വൈക്കോൽകൊണ്ട് ഉണ്ടാക്കി പട്ടുകൊണ്ട് പൊതിഞ്ഞ ഇരിപ്പിടം വണ്ടിയിൽ ഒരുക്കിയിരുന്നു. കാളയുടെ കഴുത്തിലും മണികെട്ടിയിരുന്നു. അഹമ്മദ് എന്ന് ആളായിരുന്നു കാളവണ്ടിക്കാരൻ. വീട്ടിൽനിന്ന് കാളവണ്ടി പുറപ്പെട്ടാൽ അതിന്റെ ശബ്ദം അങ്ങ് നിലമ്പൂർ അങ്ങാടിയിൽ വരെ അറിയുമായിരുന്നു.

അന്ന് ഫാനൊന്നും പ്രചാരത്തിൽ വന്നിരുന്നില്ല. ഞൊറിവെച്ച തുണി വടിയിൽ കോർത്ത് അതിന്റെ അറ്റത്ത് പിടിച്ചുകൊണ്ട് രണ്ടുപേർ വീശും. അതിൽനിന്ന് കിട്ടുന്ന കാറ്റ് ഫാനിന്റെ ഫലം ചെയ്യുമായിരുന്നു.

ഞങ്ങളുടെ ആനകൾ

എന്റെ സഹോദരൻ കുട്ട്യസ്സ്യന് സ്ത്രീധനമായി ലഭിച്ചത് ഒരു ആനയും ഒരു കുണ്ടമ്മൊറം സ്വർണ്ണവുമായിരുന്നു. ആ ആനയ്ക്ക് ഒരു കണ്ണിനുമാത്രമേ കാഴ്ചയുണ്ടായിരുന്നുള്ളൂ. മരത്തിന്റെ ജോലികൾക്കായി ഈ ആനയെയാണ് പിന്നീട് ഉപയോഗിച്ചത്. കുറെക്കാലം കഴിഞ്ഞപ്പോൾ അതിനെ വിറ്റു. അതിനുശേഷം ബാപ്പ മറ്റൊരാനയെ വാങ്ങി. അതിന്

രണ്ട് പാപ്പാന്മാരുണ്ടായിരുന്നു. ആനയ്ക്ക് ചോറ് ഉരുളയായി കൊടുക്കുന്നത് കാണാൻ എനിക്ക് വളരെ ഇഷ്ടമായിരുന്നു. ബാപ്പയുടെ കച്ചവടത്തിനുള്ള തടിമാത്രമേ വീട്ടിലുള്ള ആനയെക്കൊണ്ട് വലിപ്പിച്ചിരുന്നുള്ളൂ.

നാട്ടിലെ നിലമ്പൂർ പള്ളിക്കൽ നേർച്ച അന്നത്തെ പ്രധാന ആഘോഷമായിരുന്നു. അതിനായി ആനയെ എഴുന്നള്ളിക്കാറുണ്ട്. ഞങ്ങടെ വീടിനുമുമ്പിൽ വന്നതിനുശേഷമേ ആനകളെ എഴുന്നള്ളിക്കാൻ കൊണ്ടുപോകാറുണ്ടായിരുന്നുള്ളൂ. എന്റെ സഹോദരൻ കുഞ്ഞാലനാണ് ആനപ്പുറത്ത് ഇരിക്കാറുള്ളത്. എനിക്കും ആനപ്പുറത്തിരിക്കാൻ ആഗ്രഹമുണ്ടായിരുന്നെങ്കിലും അത് സാധിച്ചിട്ടില്ല. പെരുന്നാൾ വന്നാൽ ആഘോഷത്തിന്റെ പൊടിപൂരമാണ്. ആൺകുട്ടികളെല്ലാം തല മൊട്ടയടിക്കും. പെൺകുട്ടികൾ മെറൂൺ നിറത്തിലുള്ള അസർമുല്ല എന്ന പേരിലുള്ള പട്ടുടുക്കും.

നിലമ്പൂർ കോവിലകത്തു നടക്കുന്ന പാട്ടുത്സവത്തിലും ഞങ്ങൾ പോകുമായിരുന്നു. വീട്ടിൽനിന്ന് രണ്ട് മൈൽ നടന്നാൽ കോലോത്തെത്തെത്തും. ബാപ്പ അവിടത്തെ പ്രധാന ആളായിരുന്നതിനാൽ ഞങ്ങൾക്ക് നല്ല പരിഗണന ലഭിക്കും. കോലോത്ത് ആറ് ആനകളുണ്ടായിരുന്നു. വലിയ വള്ളം പോലത്തെ പാത്രത്തിലാണ് ഉത്സവത്തിന് ചോറ് വിളമ്പിയിരുന്നത്. ചില വർഷങ്ങളിൽ നാളികേരം ഉടയ്ക്കുമായിരുന്നു. പന്തീരായിരം നാളികേരംവരെ ഉടയ്ക്കുന്നത് ഞങ്ങൾ കണ്ടിട്ടുണ്ട്.

മലബാർ ലഹളയും ചില കഥകളും

കോലോത്തേക്കുള്ള യാത്രയിൽ ഉമ്മയുടെ കൂട്ടുകാർ ഞങ്ങളോട് ചില കഥകളൊക്കെ പറയുമായിരുന്നു. ഉമ്മയുടെ കല്യാണത്തിനും മുമ്പു നടന്ന സംഭവങ്ങളാണ് അവർ പറയുന്നത്. മാപ്പിള ലഹളയുടെ കാലത്തെ അനുഭവം പറഞ്ഞത് ഇപ്പോഴും ഓർമ്മയിൽ നില്ക്കുന്നു. ലഹളക്കാലത്ത് ബ്രിട്ടീഷ് പട്ടാളക്കാർ വീടുകൾ കയറി ആണുങ്ങളെയെല്ലാം പിടിച്ചുകൊണ്ടുപോകുമായിരുന്നു. പെണ്ണുങ്ങളെയൊക്കെ കാടുകയറ്റുകയും ചെയ്യും. ഇങ്ങനെ പോകുന്നതിനിടെ തന്ത്രത്തിൽ രക്ഷപ്പെട്ട തൂതക്കതിയയെക്കുറിച്ചും അവർ പറഞ്ഞിട്ടുണ്ട്. പോകുന്നതിനിടെ ഇടയ്ക്കിടയ്ക്ക് മൂത്രമൊഴിക്കാനെന്ന ഭാവത്തിൽ കാട്ടിനുമറഞ്ഞിരുന്നാണ് അവർ രക്ഷപ്പെട്ടത്.

മാപ്പിള ലഹളയുടെ കാലത്ത് ഒരു മുസൽമാനെ അരിഞ്ഞുവീഴ്ത്തിയൊരു സംഭവമുണ്ടായി. ഇതിന്റെ പ്രതികാരമായി പത്തു ഹിന്ദുക്കളെ വരിവരിയായി നിർത്തി വെട്ടി. അതിൽ ഒമ്പതുപേരെ വെട്ടിക്കഴിഞ്ഞപ്പോൾ പത്താമത്തെ ആൾ ഈ രംഗം കണ്ട് കുഴഞ്ഞുവീണു മരിക്കുകയായിരുന്നു. ഇത് നാട്ടിൽ വലിയ പലായനങ്ങൾക്കും സംഘർഷങ്ങൾക്കും കാരണമായി.

ഈ സംഭവം നിലമ്പൂർ കോവിലകത്തിനുനേരെ ആക്രമണത്തിലേക്ക് വഴിവെക്കുമെന്ന അവസ്ഥ സംജാതമായി. ഈ സാഹചര്യത്തിൽ ബാപ്പയാണ് കോലോത്തുകാരെ സംരക്ഷിക്കാൻ തയ്യാറായത്. ഹിന്ദു

മുസ്ലീം മൈത്രിയിൽ ബാപ്പ വിശ്വസിച്ചിരുന്നു. അതുകൊണ്ടാണ് അത്തരമൊരു കാലത്തുപോലും ബാപ്പ അതിനു തയ്യാറായിരുന്നത്. ബാപ്പയുടെ ഇത്തരം മനുഷ്യത്വപരമായ പെരുമാറ്റംകൊണ്ടാണ് കോലോത്തുകാർ നാട്ടുപ്രമാണി എന്ന അർത്ഥത്തിൽ 'മുത്തുപ്പട്ട'എന്ന സ്ഥാനപ്പേര് ബാപ്പയ്ക്ക് കല്പിച്ച് നല്കിയത്.

ലഹളക്കാലത്ത് എന്റെ ഉമ്മയുടെ ജ്യേഷ്ഠൻ എരഞ്ഞി പോക്കർക്കും ധാരാളം ഉപദ്രവങ്ങൾ ഏല്ക്കേണ്ടിവന്നിട്ടുണ്ട്. അദ്ദേഹം പുകയില കച്ചവടക്കാരനായിരുന്നു. ഇതെല്ലാം ഉമ്മയുടെ കൂട്ടുകാർ പറഞ്ഞാണ് ഞാൻ കേട്ടിട്ടുള്ളത്. രസകരമായ ചില സംഭവങ്ങളും ഇവർ പറഞ്ഞിട്ടുണ്ട്. ഉമ്മയും രണ്ടുകൂട്ടുകാരും 'ബീവി' ചമഞ്ഞ് ചില വീടുകളിൽ കയറിയ കഥയാണ് അതിൽ പ്രധാനം. മലബാർ ലഹളക്കാലത്ത് ഞങ്ങടെ നാട്ടിലെ പലവീടുകളും ദാരിദ്ര്യംകൊണ്ട് പൊറുതിമുട്ടിയിരുന്നു. ഇങ്ങനെ ദാരിദ്ര്യമാണെന്ന് കള്ളം പറഞ്ഞുകൊണ്ട് ഉമ്മയും കൂട്ടുകാരും വീടുകളിൽ കയറി എന്തെങ്കിലും തരണമെന്ന് ആവശ്യപ്പെടും. ഇങ്ങനെ ആവശ്യപ്പെടാനായി പോകുന്ന വഴിക്ക് ആ വീട്ടിലെ തൊടിയിലെ എന്തെങ്കിലും വിളകൾ കണ്ടുവെക്കും. എന്നിട്ടാണ് വീട്ടിൽ ചെന്ന് എന്തെങ്കിലും തരണമെന്ന് ആവശ്യപ്പെടുന്നത്. അപ്പോൾ ഇവിടെ ഒന്നും തരാനില്ലെന്ന് പറഞ്ഞുകഴിഞ്ഞാൽ തൊടിയിൽ ഇന്ന സ്ഥലത്ത് ഇന്ന സാധനമുണ്ടല്ലോ എന്ന് ഉമ്മയും കൂട്ടുകാരും പറയും. വീട്ടുകാർ പോയി നോക്കുമ്പോൾ ഇവർ പറഞ്ഞത് ശരിയാണെന്ന് മനസ്സിലാകും. ഇവർക്കെന്തോ അത്ഭുത സിദ്ധിയുണ്ടെന്ന് വിചാരിച്ച് വീട്ടുകാർ ഉമ്മയ്ക്കും കൂട്ടുകാർക്കും എന്തെങ്കിലുമൊക്കെ കൊടുക്കും.

മറ്റൊരു വീട്ടിൽ പോയതിന്റെ അനുഭവവും ഇവർ പറഞ്ഞു: തമാശയാണെങ്കിലും ഇതിലല്പം ക്രൂരതയുമുണ്ട്. ഒരു വീട്ടിൽ ചെല്ലുമ്പോൾ മുറ്റത്ത് ഒരുകുട്ടി നില്ക്കുന്നതുകണ്ടു. 'ബീവി' യിൽ വിശ്വാസം വരുത്തുന്നതിന് തൊടിയിൽനിന്ന് ഒരു ചീനമുളക് പറിച്ച് ആരും കാണാതെ കുട്ടിയുടെ ചന്തിയിൽ തേച്ചു. കുട്ടി കരച്ചിലും തുടങ്ങി. ആ സമയത്താണ് ബീവി അവിടെ എത്തുന്നത്. ബീവി വെള്ളം തളിച്ച് ചില മന്ത്രങ്ങളൊക്കെ ഓതി കുട്ടിയുടെ മുളകു തേച്ച ഭാഗത്ത് കഴുകും. ഇതു കാണുന്ന വീട്ടുകാർ വലിയ അത്ഭുതമാണ് നടന്നതെന്ന് വിശ്വസിക്കും. ഇത്തരം കഥകൾ മുതിർന്നതിനുശേഷം ഞങ്ങൾ ഉമ്മയോട് പറയുമായിരുന്നു. അവർ അത് കേട്ട് പൊട്ടിച്ചിരിക്കും.

തറവാട് ക്ഷയിക്കുന്നു

വിപുലവും സമ്പന്നവുമായ ഒരു കുടുംബ പശ്ചാത്തലത്തിലാണ് ഞാൻ ജനിച്ചതെന്ന് സൂചിപ്പിക്കുവാനാണ് ഇതൊക്കെ പറഞ്ഞത്. ബാപ്പായുടെ പ്രയത്നംകൊണ്ടാണ് ഇത്രയൊക്കെ സമ്പത്തും പ്രതാപവും ഞങ്ങൾക്കുണ്ടായത്. പക്ഷേ, ഈ സമ്പത്തും പ്രതാപവുമൊന്നും അധികകാലം നീണ്ടുനിന്നില്ല. തറവാടിന്റെ അഭിവൃദ്ധി ക്ഷയിക്കുന്നതു കണ്ട് മരിക്കുന്ന ബാപ്പയെയും എനിക്ക് കാണേണ്ടിവന്നു. തറവാടിന്റെ അടിത്തറ ഇളകുന്നത് നേരത്തേ തന്നെ ബാപ്പ മനസ്സിലാക്കിയിരുന്നു. എല്ലാ കാര്യങ്ങളിലും കൃത്യമായ തീരുമാനവും എന്തിനെയും നേരിടാനുള്ള ചങ്കുറപ്പും ഉണ്ടായിരുന്ന ബാപ്പയ്ക്ക് ഇക്കാര്യത്തിൽ പിടിച്ചു നില്ക്കാൻ കഴിഞ്ഞില്ല.

എങ്ങനെയാണ് സമ്പത്തുകൾ നഷ്ടപ്പെട്ടതെന്ന് എനിക്ക് ഇപ്പോഴും അറിയില്ല. കൂടെ ഉണ്ടായിരുന്ന ആരെങ്കിലും ബാപ്പായെ കബളിപ്പിച്ചതാണോ എന്നുമറിയില്ല. ബാപ്പയുടെ ആദ്യഭാര്യയിലെ മകൻ ഒരു തെറിച്ച സാധനമായിരുന്നു. ഒരുപക്ഷേ, അങ്ങനെയാകാം സ്വത്തുക്കളൊക്കെ നഷ്ടമായത്. കച്ചവടത്തിൽ ഉയർച്ചയും താഴ്ചയും ഒക്കെ സ്വാഭാവികമാണ്. എന്നാൽ അങ്ങനെ ഒരു തകർച്ചയായിരുന്നില്ല ഞങ്ങളുടേത്. പിന്നീടങ്ങോട്ട് വില്പനയുടെ ഒരു കാലമായിരുന്നു. പാടത്തിന്റെ മുക്കാൽ ഭാഗവും വിറ്റുകഴിഞ്ഞിരുന്നു. മുക്കട്ട സ്കൂൾ ഇരുന്ന സ്ഥലം അന്ന് വെറും മുപ്പതു ഉറുപ്പികയ്ക്കാണ് വിറ്റത്. വീടിനടുത്തുള്ള തൊടിയും പകുതി വിറ്റു. ഈ സാമ്പത്തിക തകർച്ചയാണ് ബാപ്പയ്ക്ക് വലിയ ഷോക്കായത്. അങ്ങനെ എന്റെ പത്താമത്തെ വയസ്സിൽ ബാപ്പ ഞങ്ങളോട് എന്നെന്നേക്കുമായി വിടപറഞ്ഞു.

അന്ന് എന്റെ സഹോദരൻ കുഞ്ഞാലന് എട്ടുവയസ്സാണ്. സൈനബയ്ക്ക് ആറും ആമിനായ്ക്ക് നാലും. ഉമ്മ ഉമ്മറിനെ പെറ്റിട്ട് അമ്പത്തി

യാറ് ദിവസം കഴിഞ്ഞിട്ടില്ല. ബാപ്പയുടെ മരണം ഉമ്മയെ വല്ലാതെ പിടിച്ചുലച്ചു. ഉമ്മയ്ക്ക് മാനസികമായ ചില അസുഖങ്ങൾ ഉണ്ടായി. ഇതു മാറി പഴയ അവസ്ഥയിലെത്താൻ മൂന്നു നാലു മാസമെടുത്തു. പുറം ലോകവുമായി വലിയ ബന്ധമൊന്നും ഉമ്മയ്ക്കുണ്ടായിരുന്നില്ല. ഉമ്മയും ഞങ്ങളും വലിയ സമൃദ്ധിയിൽ ജീവിച്ചതുകൊണ്ടുതന്നെ ഇനി മുന്നോട്ട് എങ്ങനെ പോകുമെന്ന ചിന്ത ഉമ്മയെ അലട്ടിക്കൊണ്ടിരുന്നു. വീട്ടിൽ കുറച്ച് ചെമ്പു പാത്രങ്ങൾ ഉണ്ടായിരുന്നു. ദാരിദ്ര്യം കൂടിക്കൂടി വന്നതോടെ അതെടുത്ത് വില്ക്കാൻ തന്നെ തീരുമാനിച്ചു. അങ്ങനെ അയ്യഞ്ച് ഉറുപ്പികയ്ക്ക് പാത്രങ്ങളെല്ലാം വിറ്റു. എന്റെ മൂത്ത ജ്യേഷ്ഠൻ വയറുവേദനയാണെന്ന് പറഞ്ഞ് കരയുമായിരുന്നു. എന്നാൽ അത് വിശന്നിട്ടാണെന്ന് അന്ന് ഞങ്ങൾക്കറിയില്ലായിരുന്നു.

വീട്ടിലെ കാര്യസ്ഥനായിരുന്ന കോയ ആയിരുന്നു ഇതിനൊക്കെ ഇടനില നിന്നത്. ഇങ്ങനെ കുടുംബം അനാഥമായി. ദിവസങ്ങൾ കഴിയുന്തോറും വീട്ടിലെ സാധനങ്ങളെല്ലാം കിട്ടിയ കാശിന് വിറ്റുകൊണ്ടിരുന്നു. ഒരവസരം നോക്കി കാത്തിരുന്നതുപോലെ ചുളുവിലയ്ക്ക് സാധനങ്ങൾ വാങ്ങാൻ വന്നവർ ധാരാളമായിരുന്നു. നിസ്സഹായയായ ഉമ്മയ്ക്ക് ഇതല്ലാതെ മറ്റ് മാർഗ്ഗങ്ങളൊന്നും ഇല്ലായിരുന്നു.

കുടുംബം ക്ഷയിച്ചതോടെ ബാപ്പയുടെ ഒപ്പം നിന്നവരെല്ലാം ഞങ്ങളെ ഉപേക്ഷിച്ചുപോയി. പാത്രങ്ങളെല്ലാം വിറ്റതോടെ ഭക്ഷണം കഴിക്കാൻപോലും പറ്റാത്ത അവസ്ഥയായി. വീടിന്റെ ഓരോ ഭാഗങ്ങളും പൊളിച്ച് വിറ്റുകൊണ്ടിരുന്നു. ആദ്യം പുറത്തെ കുളിമുറി പൊളിച്ചു വിറ്റു. അതിന്റെ തറയടക്കം കല്ലുവിലയ്ക്കാണ് വിറ്റത്.

പണിക്ക് പോകുന്ന ഉമ്മ

എന്തുവിറ്റിട്ടും ദാരിദ്ര്യം മാറുന്നില്ല. മുഴുപ്പട്ടിണിയിലേക്ക് പോകാൻ ഇനി അധികകാലം വേണ്ട. അങ്ങനെയിരിക്കെ ഒരുദിവസം ഇവിടെ ജോലിക്കു നിന്നിരുന്ന പാത്തൂട്ടിയുടെ മകളും കുറെ സ്ത്രീകളും വീട്ടിൽ വന്നു. അവർ ഉമ്മയോട് പറഞ്ഞു, അഹമ്മദ് കുട്ട്യായ്ക്കന്റെ കുട്ട്യോളെ ഇങ്ങനെ ജീവിക്കാൻ ഞങ്ങള് സമ്മതിക്കില്ല. ഇവിടത്തെ മില്ലിൽ ഞങ്ങൾ ജോലി നോക്കുന്നുണ്ട്. ഉമ്മ അവിടെ അരി ചേറാൻ എന്ന വ്യാജേന മുറവുമായി വന്നാൽ മതി. ജോലി ഒന്നും ചെയ്യേണ്ട. ഞങ്ങളോടൊപ്പം നിന്നാൽ മതി. അരികുത്തലും വേർതിരിക്കലുമൊക്കെ ഞങ്ങള് ചെയ്തോളാം. ജോലി കഴിഞ്ഞുപോകുമ്പോൾ അരി തന്നുവിടാം. നിങ്ങളോട് ഇത് പറയുന്നതിൽ സങ്കടമുണ്ടെന്ന് അവർ പറഞ്ഞു.

അന്ന് റേഷൻ കാലമാണ്. ഉമ്മയ്ക്ക് സമ്മതിക്കുകയല്ലാതെ നിവൃത്തിയുണ്ടായിരുന്നില്ല. അങ്ങനെ നിലമ്പൂരിലെ നെല്ലുകുത്തു മില്ലിൽ ജോലിക്കുപോകാൻ തുടങ്ങി. ഇന്ന് ആ മില്ല് ഇരുന്ന സ്ഥലത്ത് ഒരു ആശുപത്രിയാണ് പ്രവർത്തിക്കുന്നത്.

ഉമ്മ അരി ചേറാനുള്ള മുറവുമായി മില്ലിലേക്ക് പോകുന്നതുകണ്ട് ഞാൻ കരഞ്ഞിട്ടുണ്ട്. രാജകുമാരിയെപ്പോലെ കഴിഞ്ഞ ഉമ്മയുടെ അവസ്ഥ... എത്രയോ മനുഷ്യർക്ക് കൈയും കണക്കുമില്ലാതെ പണവും പൊന്നും കൊടുത്ത കൈകളാണത്. അങ്ങനെയുള്ള ഒരാൾക്കാണല്ലോ ഈ ഗതി വന്നത്...

ഉമ്മ ജോലിക്കു പോകുമ്പോൾ ഞങ്ങളും പറ്റുന്ന രീതിയിൽ ജീവിക്കാനുള്ള മാർഗ്ഗങ്ങൾ കണ്ടെത്താൻ തുടങ്ങി. വീടിനടുത്ത് ഒരു അണ്ടിത്തോട്ടമുണ്ടായിരുന്നു. ഞാനും സഹോദരങ്ങളും അവിടെപ്പോയി അണ്ടി പെറുക്കും. ഒരുദിവസം മുഴുവൻ അണ്ടി പെറുക്കിയാൽ നാലണ കിട്ടും. കിട്ടുന്നതാകട്ടെ എന്നു കരുതിയാണ് പോകുന്നത്. കുഞ്ഞാലനും ഞാനുമാണ് മിക്ക ദിവസങ്ങളിലും പോകാറുള്ളത്. ഉമ്മയ്ക്ക് ഇക്കാര്യത്തിലൊക്കെ വിഷമമുണ്ടായിരുന്നെങ്കിലും മറ്റൊരു മാർഗ്ഗമില്ലാത്തതിനാൽ ഞങ്ങളോട് ഒന്നും പറയുമായിരുന്നില്ല. എന്നാൽ ആ മുഖത്തുനിന്ന് എല്ലാം വായിച്ചറിയാമായിരുന്നു.

'ഈ ഒഴുകി വരുന്നത് നിങ്ങടെ ഉമ്മാന്റെ ചോരയാണ്'

മില്ലിൽ പണിക്ക് പോയതിന്റെ പിറ്റേ ദിവസം ഉമ്മയ്ക്ക് വലിയൊരു അപകടമുണ്ടായി. ശക്തമായ കാറ്റും മഴയുമുണ്ടായി. ഇടിയാണെങ്കിൽ പറയുകയും വേണ്ട. കാറ്റിൽ മില്ലിലെ നെല്ലു പുഴുങ്ങുന്ന കുഴൽ തകർന്നു വീണു. ഓടുകൊണ്ടായിരുന്നു ഈ കുഴൽ നിർമ്മിച്ചിരുന്നത്. എന്തോ ശബ്ദം കേട്ട് എല്ലാ പെണ്ണുങ്ങളും ഓടി. എന്റെ ഉമ്മയും ഓടിയെങ്കിലും അതിനുമുമ്പേ കുഴൽ പൊട്ടി ഉമ്മയുടെ തലയിൽ വീണു. അയ്യോ എന്ന് അലറി വിളിച്ചുകൊണ്ട് പുറത്തേക്ക് ഓടുമ്പോൾ നിലത്തുകിടന്ന പട്ടികയിൽ തറച്ചിരുന്ന ആണി ഉമ്മയുടെ കാലിലേക്ക് തുളച്ചുകയറി. ഉമ്മ ബോധരഹിതയായി. ഇതു കണ്ട തൊഴിലാളികൾ ആണി ഊരാൻ ശ്രമിച്ചെങ്കിലും നടന്നില്ല. എങ്ങനെയാണെന്നറിയില്ല, മുട്ടിന്റെ ചിരട്ട മുതൽ പാദം വരെ ചോരയിൽ കുതിർന്നു. പെട്ടെന്നവർ ഉമ്മയെ ആശുപത്രിയിലേക്ക് കൊണ്ടുപോയി.

ഈ സമയത്ത് കുഞ്ഞാലനും ഞാനും അണ്ടിത്തോട്ടത്തിൽ നില്ക്കുകയായിരുന്നു. മഴ കുറച്ചു ശമിച്ചു. ചെറിയ ചാറ്റൽ മഴയുണ്ട്. ഞങ്ങൾ വാഴയിലയും ചൂടി വീട്ടിലേക്ക് പോകാനായി വഴിയിലൂടെ നടന്നുവരികയാണ്. അപ്പോഴാണ് റോഡിലൂടെ വെള്ളത്തിൽ ചോരയുടെ നിറം കണ്ടത്. എവിടെയോ അറുത്തിട്ടുണ്ട്, ഇന്ന് നമുക്ക് ഇറച്ചി വാങ്ങാൻ ഉമ്മയോട് പറയണം. ഞാൻ കുഞ്ഞാലനോട് പറഞ്ഞു. അപ്പോഴാണ് ദൂരെനിന്ന് ഒരാൾ സൈക്കിളിന്മേൽ വരുന്നത് കണ്ടത്. അടുത്തെത്തിയതും കിതച്ചുകൊണ്ട് അയാൾ ചോദിച്ചു: മുത്തുപ്പട്ടന്റെ മക്കളല്ലേ നിങ്ങൾ? ഈ ഒഴുകി വരുന്നത് നിങ്ങടെ ഉമ്മാന്റെ ചോരയാണ്. നിങ്ങടെ ഉമ്മയെ ആശുപത്രീലാക്കീരിക്കണു. വേഗം ചെല്ലാൻ പറഞ്ഞു. ഞങ്ങൾ ആകെ ഭയന്നു. മഴ വീണ്ടും ശക്തമായി. ആ പെരുമഴയത്ത് ന്റുമ്മാ എന്ന് നിലവിളിച്ചുകൊണ്ട് ഞങ്ങൾ ആശുപത്രിയിലേക്ക് ഓടി.

അവിടെ ചെല്ലുമ്പോൾ ഉമ്മയെ ഡ്രസ് ചെയ്ത് പുറത്തേക്ക് കൊണ്ടുവരികയാണ്. അതു കണ്ടപ്പോൾ ഉമ്മ മരിച്ചു എന്നുതന്നെ ഞങ്ങൾ വിചാരിച്ചു. ഉമ്മയ്ക്ക് തലയ്ക്കും തുന്നലുണ്ടായിരുന്നു. ആശുപത്രിയിൽ ഞങ്ങളെ സഹായിക്കാൻ ഒരാളുപോലും ഇല്ലായിരുന്നു. ബാപ്പയുണ്ടായിരുന്നെങ്കിൽ ഞങ്ങൾക്ക് ഈ ഗതി ഉണ്ടാകില്ലല്ലോ. ബാപ്പയുടെ സുഹൃത്തുക്കളിലൊരാളായിരുന്ന ചീനി അലവിക്കുട്ടിയാണ് ആശുപത്രിയിൽ ഞങ്ങൾക്ക് തുണയായി ഉണ്ടായിരുന്നത്.

ഉമ്മ മൂന്നുമാസം ആശുപത്രിയിൽ കിടന്നു. വീട്ടിൽ വന്ന് കഞ്ഞിയുണ്ടാക്കി അത് തലയിൽ വെച്ചുകൊണ്ട് ഞാൻ എന്നും ആശുപത്രിയിലേക്ക് പോകും. രണ്ടര മൈൽ വേണം ആശുപത്രിയിലെത്താൻ. ഞാൻ ആശുപത്രിയിലേക്ക് പോകാൻ തുടങ്ങുമ്പോഴേക്ക് ഉമ്മയെ കാണണമെന്നുപറഞ്ഞ് സഹോദരങ്ങൾ ബഹളം തുടങ്ങും. നാലുവയസ്സുള്ള ഉമ്മറിനെ ഒക്കത്തുവെക്കും. ആമിനയെ കൈയിലും പിടിക്കും. അങ്ങനെ ഈ രണ്ടു മൈൽ നടന്നാണ് ഞാൻ ആശുപത്രിയിലെത്തുക. ഞാൻ ആശുപത്രിയിലെത്തുമ്പോൾ ഉമ്മ ഡ്രസ് ചെയ്തതിനുശേഷം പരവേശത്തോടെ ഇരിക്കുകയായിരിക്കും. പെട്ടെന്ന് തന്നെ ഞാൻ കഞ്ഞി വിളമ്പിക്കൊടുക്കും. ഓരോ ദിവസം കഴിയുന്തോറും ആശുപത്രി ചെലവ് കൂടിക്കൂടി വന്നു. അങ്ങനെ വീട്ടിൽ അവശേഷിക്കുന്ന ചെമ്പുപാത്രങ്ങളും തുച്ഛമായ കാശിന് വിറ്റു. കുറച്ചുപാത്രങ്ങൾ ഞങ്ങടെ തൊട്ടടുത്ത് താമസിക്കുന്ന വി കെ ശങ്കരൻ നായരുടെ വീട്ടിൽ പണയം വെച്ചു. (ഈ അടുത്തകാലം വരെ ആ ചെമ്പുപാത്രങ്ങൾ അവരുടെ വീട്ടിൽ കണ്ടിട്ടുണ്ട്.) വിറ്റതും പണയം വെച്ചതുമായ കാശ് തീർന്നതോടെ എന്തു ചെയ്യണമെന്ന് അറിയാതിരിക്കുമ്പോഴാണ് ആശുപത്രിക്കടുത്ത് ഹോട്ടൽ നടത്തുന്ന കോമുട്ട്യാക്ക സഹായം വാഗ്ദാനം ചെയ്ത് എത്തിയത്. ഉച്ചയ്ക്ക് തന്റെ ഹോട്ടലിൽനിന്ന് ഒരുനേരത്തെ ഭക്ഷണം. അതായിരുന്നു ആ സഹായം.

സ്കൂൾ ജീവിതത്തോട് വിടപറയുന്നു

ഉമ്മയുടെ അടുത്ത് കൂടുതൽ സമയം ഞാൻ തന്നെയാണ് നിന്നിരുന്നത്. ഞാൻ വീട്ടിലേക്ക് പോകുമ്പോൾ ചീനി അലവിക്കുട്ട്യാക്ക അവിടെ ഉണ്ടാകും. ഇതിനിടെ ദുഃഖകരമായ ഒരു സംഭവമുണ്ടായി. ഒരു ദിവസം കുഞ്ഞാലനാണ് വീട്ടിൽനിന്ന് ആശുപത്രിയിലേക്ക് കഞ്ഞിയുമായെത്തിയത്. വന്നപ്പോഴാണ് കാര്യമറിയുന്നത്. പാത്രത്തിൽ കഞ്ഞിയില്ല, ചമ്മന്തി മാത്രമാണുള്ളത്. കഞ്ഞി കുഞ്ഞാലന്റെ കൈയിൽനിന്ന് മറിഞ്ഞ് റോഡിൽ വീണുപോയിരുന്നു. ഇതറിഞ്ഞ ഉമ്മ സങ്കടംകൊണ്ട് ഒരുപാട് കരഞ്ഞു. കുഞ്ഞാലൻ ആരോടും പറയാതെ ആശുപത്രിയിൽനിന്ന് ഇറങ്ങിയങ്ങ് പോയി. ഉമ്മയും ഞാനും ആകെ വിഷമത്തിലായി. എങ്ങോട്ടാണ് അവൻ പോയതെന്നറിയില്ലല്ലോ. പോയി നോക്കാനാണെങ്കിൽ ആരും കൂടെയില്ല.

കുഞ്ഞാലൻ നടന്നുപോകുന്നതു കണ്ട ബാപ്പയെ അറിയാവുന്ന ചില

അദ്ധ്യാപകർ അവനോട് കാര്യങ്ങൾ തിരക്കുകയും കോഴിക്കോട് ജെ ഡി റ്റിയിൽ കൊണ്ടുചെന്നാക്കുകയും ചെയ്തു. ഇതോടെ ഞങ്ങൾക്ക് സമാധാനമായി.

മൂന്നുമാസം കഴിഞ്ഞ് ഉമ്മയുമായി ആശുപത്രിയിൽനിന്ന് വീട്ടിലെത്തി. ഉമ്മയുടെ കാൽ അനക്കാൻ തുടങ്ങിയിരുന്നില്ല. അതുകൊണ്ട് എപ്പോഴും ഒരാൾ കൂടെ സഹായത്തിനായി വേണം. അതുകൊണ്ട് ഞാൻ സ്കൂളിൽ പോക്ക് നിർത്തി. അങ്ങനെ ആറാം ക്ലാസിൽവെച്ച് എന്റെ പഠനം അവസാനിച്ചു. മുക്കട്ട സ്കൂളിലെ കൂട്ടുകാരെ പിരിയാൻ എനിക്ക് മനസ്സില്ലായിരുന്നു.

സ്കൂളിൽ പഠിക്കുന്ന കാലത്ത് കായികമത്സരങ്ങളിൽ ഞാൻ പങ്കെടുത്തിരുന്നു. ഒരു ഇസ്മയിലും ഞാനും ആയിരുന്നു ഫസ്റ്റ് നേടിയിരുന്നത്. എനിക്ക് ചെറുപ്പത്തിൽ മരം കേറിയും ഓടിക്കളിച്ചും ഉള്ള പരിചയമുണ്ടല്ലോ. അതാണ് മത്സരത്തിൽ വിജയിക്കാൻ എന്നെ സഹായിച്ചത്. അന്ന് ഞങ്ങൾക്ക് ശിക്ഷണം നല്കാൻ ആളുണ്ടായിരുന്നെങ്കിൽ ആ രംഗത്ത് വലിയ നിലയിൽ എത്തുമായിരുന്നു.

ഉമ്മയ്ക്ക് അപകടം സംഭവിച്ചതിനുശേഷം ജീവിതം കൂടുതൽ ദുരിതത്തിലായി. എന്തെങ്കിലും പണിയെടുക്കാതെ മുന്നോട്ടുപോകാൻ കഴിയാത്ത അവസ്ഥ. അങ്ങനെ ഞാൻ പണിക്കുപോകാൻ തീരുമാനിച്ചു. അക്കാലത്ത് നിലമ്പൂരിൽ തേക്കിന്റെ വേര് കയറ്റി അയക്കുന്ന ഒരു കമ്പനി പ്രവർത്തിച്ചിരുന്നു. അവിടെ പണി ചെയ്താൽ ഒരുദിവസം ഒരു ഉറുപ്പിക കൂലികിട്ടും. അവിടെ കുറച്ചുകാലം പണിക്കുപോയി. ആ വരുമാനം കൊണ്ട് ജീവിക്കാൻ കഴിയാത്തതിനാൽ നിർത്തി. പിന്നീട് അരിക്കച്ചവടം തുടങ്ങി. കൊയ്ത്തുള്ള സ്ഥലങ്ങളിൽനിന്ന് നെല്ല് ശേഖരിച്ച് അത് വീട്ടിൽ കൊണ്ടുവന്ന് അരിയാക്കി കടകളിൽ വില്ക്കുമായിരുന്നു. ഭക്ഷണത്തിനുള്ള അരി കിട്ടുമല്ലോ എന്നുകരുതിയാണ് ആ ജോലി ചെയ്തത്. നെല്ല് അരിയാക്കി എടുക്കുക എന്നത് വലിയ ബുദ്ധിമുട്ടുള്ള ജോലിയായിരുന്നു. കുന്താണിയിലിട്ടാണ് അക്കാലത്ത് നെല്ല് കുത്തിയിരുന്നത്. ഉരലിനേക്കാൾ വലിപ്പമുണ്ടായിരുന്നു ഇതിന്. എല്ലാ ജോലിയും ഞാൻ ഒറ്റയ്ക്ക് തന്നെയാണ് ചെയ്തിരുന്നത്.

വിവാഹം

പതിമൂന്നാമത്തെ വയസ്സിലാണ് എന്റെ വിവാഹം നടന്നത്. എന്റെ കഷ്ടപ്പാടുകൾ കണ്ട് ബാപ്പയുടെ ഒരു സുഹൃത്താണ് വിവാഹാലോചനയുമായി എത്തിയത്. "മുത്തുപ്പട്ടരുടെ മകളല്ലേ ഇവളെ എന്തിനാണ് വീട്ടിൽ നിർത്തി കഷ്ടപ്പെടുത്തുന്നത്? പെൺകുട്ടികളെ ഇങ്ങനെ വീട്ടിൽ നിർത്തിയാൽ പറയിപ്പിക്കാൻ എളുപ്പമാണ്. അതുകൊണ്ട് പെട്ടെന്ന് കെട്ടിച്ചയയ്ക്കണം." എനിക്കന്ന് വിവാഹത്തെക്കുറിച്ചൊന്നും അറിയുമായിരുന്നില്ല. വീട്ടിൽ വന്ന് ബാപ്പയുടെ സുഹൃത്ത് കല്യാണത്തെക്കുറിച്ച് ഉമ്മയോട് പറയുമ്പോഴാണ് ഈ വിവരം ഞാൻ അറിയുന്നത്. ഇവിടത്തെ അരിക്കമ്പനിയിൽ പണിക്കുവന്ന രാമനാട്ടുകരക്കാരൻ കുട്ട്യസ്സനാണത്രേ വരൻ. കല്യാണം കഴിക്കാൻ പോകുന്ന ആൾക്ക് എത്രയാണ് പ്രായമെന്ന് ഞാൻ ചോദിച്ചു.

അയാൾ പറഞ്ഞു: അത്ര കൂടുതലൊന്നുമല്ല, നാല്പത്താറോ നാല്പത്തേഴോ കാണും. ഇത്രയും പ്രായമുള്ള ആളെക്കൊണ്ടാണോ എന്നെ കെട്ടിക്കാൻ പോകുന്നത്? ഇതു സമ്മതിക്കേണ്ട എന്നുതന്നെ ഞാൻ വിചാരിച്ചു. ഞാൻ ആവുംവിധം എതിർത്തുനോക്കി. പക്ഷേ, ബാപ്പയുടെ സുഹൃത്തായ അയാൾ എന്നെ തല്ലുകവരെ ചെയ്തു. മാത്രമല്ല മറ്റ് ആൾക്കാരെക്കൊണ്ട് കുട്ട്യസ്സനെ കല്യാണം കഴിക്കാൻ എന്നെ നിർബ്ബന്ധിപ്പിച്ചുകൊണ്ടുമിരുന്നു. എനിക്കുറപ്പാണ് എന്റെ ബാപ്പയുണ്ടായിരുന്നെങ്കിൽ എനിക്കിഷ്ടമില്ലാത്ത ഒരാളെ എന്റെ തലയിൽ കെട്ടിവയ്ക്കുകയില്ലായിരുന്നു. എന്നെ അടിക്കാൻ ബാപ്പയുടെ ഈ സുഹൃത്തിന് കൈ പൊങ്ങുമായിരുന്നോ.

ഒരിക്കൽ കുട്ട്യസ്സൻ എന്നെ കാണാൻ വീട്ടിൽ വന്നു. എനിക്ക് ഈ വിവാഹത്തിന് സമ്മതമില്ലെന്ന് ഞാൻ അയാളോട് തുറന്നു പറഞ്ഞു.

ഞാൻ ഇത് മുഖത്തടിച്ചതുപോലെ പറഞ്ഞപ്പോൾ അയാൾക്കും വാശിയായി. അത് ഞാൻ പിന്നീടാണ് അറിയുന്നത്. പക്ഷേ, എന്റെ എതിർപ്പുകൾക്കൊന്നും ഒരു വിലയുമുണ്ടായില്ല. ഉമ്മയും നിസ്സഹായ ആയിരുന്നു. എങ്ങനെ എങ്കിലും എന്റെ കല്യാണം നടന്നു കാണണമെന്നേ ഉമ്മയും ആഗ്രഹിച്ചിരുന്നുള്ളൂ. ഞാൻ കല്യാണത്തെ എതിർത്തതോടെ കല്യാണം കഴിക്കാൻ വന്ന ആൾക്ക് വാശിയായി.

അങ്ങനെ കല്യാണം നടന്നു. അഞ്ചേ അഞ്ച് ദിവസം മാത്രമാണ് ഞങ്ങളുടെ ദാമ്പത്യബന്ധം നിലനിന്നത്. അഞ്ചാമത്തെ ദിവസം അയാൾ എന്നെ ഉപേക്ഷിച്ചുപോയി. അഞ്ചു ദിവസം കൊണ്ടുതന്നെ ഞാൻ അയാളെ വെറുത്തു. അയാൾ ആണെങ്കിൽ പ്രായമായ മനുഷ്യൻ. എനിക്ക് പതിമൂന്ന് വയസ്സുമാത്രം. എനിക്കയാളെ ഭയവും വെറുപ്പുമായിരുന്നു. അതിനിടയിൽ എന്തൊക്കെയോ നടന്നു. ബലാത്സംഗമാണോ എന്നറിയില്ല, ഞാൻ ഗർഭിണിയായി. ഒന്നും ഓർമ്മയിൽ വരുന്നില്ല. ഗർഭമാണെന്നുപോലും എനിക്കറിയില്ലായിരുന്നു. ആറുമാസം കഴിഞ്ഞാണ് ഞാൻ ഗർഭിണിയാണെന്ന് തിരിച്ചറിയുന്നതുതന്നെ. വയറ്റിൽ ഒരു മുഴ പോലെ. എന്റെ വയറ്റിൽ അയാളുടെ കുട്ടി വളരുന്നുണ്ടെന്ന് പിന്നീടാണ് ഞാൻ അറിയുന്നത്.

അയാളുടെ കുട്ടിയാണല്ലോ എന്നോർക്കുമ്പോൾ എനിക്ക് സഹിക്കാൻ കഴിഞ്ഞില്ല. അരിശം വരുമ്പോഴൊക്കെ ഞാൻ വയറ്റിൽ കുത്തുകയും ഇടിക്കുകയുമൊക്കെ ചെയ്യുമായിരുന്നു. ഞാൻ മാനസികമായി ആകെ തളർന്നു. മനുഷ്യരെ കാണുമ്പോൾ വല്ലാത്ത ഭയം. ആകപ്പാടെ ഒരു വിഭ്രാന്തിയുടെ അവസ്ഥ. പലസമയത്തും ആത്മഹത്യ ചെയ്യണമെന്നു തോന്നും. അയാൾ വീട്ടിൽനിന്നു പോയിട്ടും ഇടയ്ക്കൊക്കെ വരാൻ ശ്രമിക്കും. എന്നാൽ ഞാൻ സമ്മതിച്ചില്ല. ഉമ്മയും എന്നോടൊപ്പമായിരുന്നു.

ഒരിക്കൽ ഞാൻ കയറിട്ട് തൂങ്ങി. ജ്യേഷ്ഠൻ ആണ് എന്നെ രക്ഷിച്ചത്. ആത്മഹത്യ ഒന്നും ഒരു പരിഹാരമല്ല, ജീവിച്ചു കാണിക്കണം... ജ്യേഷ്ഠൻ പറഞ്ഞ വാക്കുകൾ ശരിയാണെന്ന് എനിക്കും തോന്നി. അങ്ങനെ കുട്ടിയെ പ്രസവിച്ച് വളർത്താൻ തന്നെ ഞാൻ തീരുമാനിച്ചു.

ഈ സമയത്തെ എന്റെ ജീവിതവും ദുരിതപൂർണ്ണമാണെന്ന് പ്രത്യേകം പറയേണ്ടതില്ലല്ലോ. നെല്ലു കുത്തി അരിയാക്കി വില്പന നടത്തിയാണ് ഞങ്ങൾ ഓരോ ദിവസവും കഴിഞ്ഞുകൂടിയത്. ഗർഭിണിയായ ഞാൻ തന്നെയാണ് അരി പുഴുങ്ങുകയും ചേറുകയും കുത്തുകയുമൊക്കെ ചെയ്തിരുന്നത്. ഒരിക്കൽ ഒരു ചെറിയ തോടിന്റെ കരയിൽ നിന്നും മറുകരയിലേക്ക് എടുത്തു ചാടേണ്ടിവന്നു. ചാടിക്കഴിഞ്ഞപ്പോൾ അടിവയറ്റിൽ വല്ലാത്തൊരു വേദനയുണ്ടായി. അന്ന് ഞാൻ ഒമ്പതു മാസം ഗർഭിണിയാണ്. ചെറുപ്പത്തിലെ ചാട്ടം പോലെ ഒന്നു ചാടി നോക്കിയതാണ്. വീട്ടിലെത്തി കുറെ മണിക്കൂറുകൾ കഴിഞ്ഞിട്ടും വേദനയ്ക്ക് ഒരു കുറവുമുണ്ടായില്ല. എന്നാൽ ആശുപത്രിയിലൊന്നും പോയില്ല. കുറെക്കഴി

ഞ്ഞപ്പോൾ ഞാനൊരു പെൺകുഞ്ഞിനെ പ്രസവിച്ചു.

എന്റെ ബോധം നഷ്ടമായി. മൂന്നു ദിവസം ഞാൻ ബോധരഹിതയായി കിടന്നു. ബോധം തെളിഞ്ഞപ്പോൾ എന്റെ അടുത്ത് ഒരു കുട്ടി കിടക്കുന്നു. ആദ്യം എനിക്ക് ദേഷ്യമാണ് തോന്നിയത്. പ്രസവത്തിനു മുമ്പുള്ള മാനസികാവസ്ഥയായിരുന്നെങ്കിൽ ഒറ്റ ഞെക്കിന് ഞാനതിനെ കൊന്നേനേ. ഞാൻ ആ കുട്ടിയുടെ മുഖത്തേക്ക് നോക്കി. ഇവൾ എന്താണ് പിഴച്ചത്? പാവം കുട്ടി. എന്നിൽ മാതൃത്വം ഉണർന്നു. ഞാൻ എന്റെ കുട്ടിയെ സ്നേഹിക്കുവാൻ തുടങ്ങി. എന്റെ കുട്ടിയെ വളർത്താൻ ആരുടെ മുന്നിലും കൈനീട്ടില്ല എന്നു തീരുമാനിച്ചു. ലോകത്ത് മനുഷ്യൻ ചെയ്യുന്ന ഏതു ജോലിയും എനിക്കും ചെയ്യാൻ കഴിയും. അങ്ങനെ ജോലി ചെയ്ത് ഞാനവളെ വളർത്തും.

അരങ്ങിലേക്ക്

പലതരം ജോലികൾ ചെയ്ത് ഞാൻ കുട്ടിയെ വളർത്തുകയായിരുന്നു. അവൾക്ക് ഒന്നര വയസ്സ് ആയപ്പോഴാണ് ഞാൻ അരങ്ങിലേക്ക് വരുന്നത്. എനിക്ക് നാടകത്തെക്കുറിച്ചൊന്നും വലിയ അറിവുണ്ടായിരുന്നില്ല. ബാപ്പയുടെ അലക്കുകാരൻ വീരമുത്തു തമിഴ് സംഗീതനാടകങ്ങളിലൊക്കെ അഭിനയിക്കുമായിരുന്നു. അന്ന് ഈ നാടകങ്ങളായിരുന്നു കേരളത്തിൽ ധാരാളമായി കളിച്ചിരുന്നത്. അത് ഞാൻ കണ്ടിട്ടുണ്ട്. പെണ്ണുങ്ങളുടെ വേഷം കെട്ടിയിരുന്നത് ആണുങ്ങളായിരുന്നു. വീരമുത്തിന് ഹാസ്യം നന്നായി കൈകാര്യം ചെയ്യാൻ അറിയാമായിരുന്നു.

പിന്നെ ജ്യേഷ്ഠൻ മാനുവും സുഹൃത്തുക്കളും ചെറുപ്പകാലത്തു തന്നെ നാടകങ്ങളിൽ അഭിനയിക്കുമായിരുന്നു. ജ്യേഷ്ഠന് സിനിമ വളരെ ഇഷ്ടമായിരുന്നു. നിലമ്പൂർ രാജേശ്വരി ടാക്കീസിലെ മിക്ക സിനിമകളും അവർ കാണുമായിരുന്നു. വീട്ടിലെത്തിയാൽ സിനിമയിൽ കണ്ട രാജാപാർട്ട് വേഷം കെട്ടി ഞങ്ങളെ അഭിനയിച്ചുകാണിക്കും. അത് കണ്ട് ചിരിക്കുക എന്നതായിരുന്നു ഞങ്ങളുടെ ജോലി. വീടിനടുത്തുള്ള കൊയ്ത്തു കഴിഞ്ഞ പാടത്തും ഇവർ നാടകം കളിച്ചിരുന്നു. ഇതൊക്കെയായിരുന്നു എനിക്ക് നാടകത്തെക്കുറിച്ചുള്ള പരിചയം.

വലുതായപ്പോഴും ജ്യേഷ്ഠന് നാടകത്തോട് വലിയ കമ്പമായിരുന്നു. കമ്യൂണിസ്റ്റ് പാർട്ടിയുമായി അവർക്ക് ബന്ധമുണ്ടായിരുന്നു. ജ്യേഷ്ഠന്റെ കമ്യൂണിസ്റ്റ് ബന്ധമാണ് ഞങ്ങളെയും അതിലേക്ക് അടുപ്പിച്ചത്.

തിയേറ്ററിൽ പോയി സിനിമ കാണാൻ ആഗ്രഹമുണ്ടായിരുന്നെങ്കിലും അതിനൊന്നും പറ്റിയ ജീവിത സാഹചര്യമായിരുന്നില്ല അന്നത്തേത്. എന്നാൽ *നീലക്കുയിൽ* എന്ന സിനിമ കണ്ടതായി ഓർക്കുന്നു. അതിലെ പാട്ടുകളൊക്കെത്തന്നെ എനിക്ക് ഇഷ്ടമായിരുന്നു. സിനിമ കാണാറില്ലെ

ങ്കിലും സിനിമാപ്പാട്ടുകൾ കേൾക്കുമായിരുന്നു. അരിക്കച്ചവടം നടത്തിയിരുന്ന സമയത്ത് കൂടെ ജോലിചെയ്യുന്നവർ പാടാൻ പറയുമ്പോഴും അരി തലയിൽ ചുമക്കുമ്പോഴും ഞാൻ പാടുമായിരുന്നു. വിശ്രമിക്കുമ്പോൾ അരിച്ചാക്കിന്റെ മുകളിലിരുന്ന് പാടും. എനിക്ക് നാടകത്തെക്കുറിച്ചൊന്നും വലിയ അറിവുണ്ടായിരുന്നില്ല.

ഇ കെ അയ്മുവും നിലമ്പൂർ യുവജന കലാസമിതിയും

നിലമ്പൂരിൽ അക്കാലത്ത് പുരോഗമന ആശയമുള്ള ആൾക്കാരുണ്ടായിരുന്നു. എഴുത്തിലും വായനയിലുമൊക്കെ അവർക്ക് വലിയ താല്പര്യമായിരുന്നു. കമ്യൂണിസ്റ്റ് അനുഭാവികളായിരുന്നതുകൊണ്ടുതന്നെ നാടകത്തോടും വലിയ ഭ്രമമായിരുന്നു. അങ്ങനെ കുറച്ചുപേർ ഒത്തുചേർന്ന് നിലമ്പൂർ യുവജന കലാസമിതി എന്നൊരു സംഘടന രൂപീകരിച്ചു. നിലമ്പൂർ ടൗണിൽ തന്നെ ഓഫീസ് മുറിയെടുത്ത് പ്രവർത്തനം തുടങ്ങി. ഡോ. ഉസ്മാനായിരുന്നു കലാസമിതിയുടെ പ്രസിഡന്റ്. അദ്ദേഹം നിലമ്പൂരിലെ അറിയപ്പെടുന്ന ഡോക്ടറായിരുന്നു. കെ ജി ഉണ്ണ്യാൻ സെക്രട്ടറിയും നിലമ്പൂർ കോവിലകത്തെ കുഞ്ഞൂട്ടൻ തമ്പുരാൻ കാഷ്യറും ആയിരുന്നു. കലാസമിതിയുടെ പ്രധാന പ്രവർത്തകനായിരുന്നു ഇ കെ അയ്മു.

ഒരിക്കൽ അയ്മുവിന്റെ നേതൃത്വത്തിൽ നിലമ്പൂർ യുവജന കലാസമിതി മുന്നൂറോളം ആൾക്കാരെ വിളിച്ചുകൂട്ടി അയ്വളപ്പിൽ അസ്സന്റെ പറങ്കിത്തോട്ടത്തിൽ വെച്ച് ഒരു ചർച്ച സംഘടിപ്പിച്ചു.

പറങ്കിതോപ്പിൽ വെച്ച് നടന്ന ചർച്ചയിൽ എല്ലാവരും ഒരുപാട് നിർദ്ദേശങ്ങൾ പറഞ്ഞു. അങ്ങനെ നാടകം അവതരിപ്പിക്കാമെന്ന തീരുമാനമുണ്ടായി. ഇ കെ അയ്മു നാടകം എഴുതാമെന്ന് സമ്മതിച്ചു. അപ്പോൾ ഒരാൾ എഴുന്നേറ്റിട്ട് പറഞ്ഞു, ഈ നാടകം ഉണ്ടാക്കുന്നതിനുമുമ്പ് 'ജ്ജ് നല്ല മനസ്സനാകാൻ നോക്ക്'. ഉടൻതന്നെ ഇ കെ അയ്മു പറഞ്ഞു, നാടകത്തിന്റെ പേര്, 'ജ്ജ് നല്ലൊരു മനസ്സനാകാൻ നോക്ക്'. അന്ന് രാത്രി തന്നെ അയ്മു നാടകമെഴുതാൻ ആരംഭിച്ചു. നാടകം വളരെ പെട്ടെന്ന് എഴുതി പൂർത്തിയാക്കാൻ അദ്ദേഹത്തിന് കഴിഞ്ഞു.

നിലമ്പൂരിലെ ഇരഞ്ഞിക്കൽ തറവാട്ടിലാണ് ഇ കെ അയ്മു ജനിച്ചത്. അവരുടേത് ഒരു സമ്പന്ന കുടുംബമായിരുന്നു. അവിടത്തെ നാലാമത്തെയോ അഞ്ചാമത്തെയോ മകനായിരുന്നു. അവരുടെ കുടുംബം ഒരു തമാശ കുടുംബം ആയിരുന്നു. അവർക്ക് സംസാരിക്കാൻ വേണ്ടി മാത്രം അവർ ചില വാക്കുകൾ ഉണ്ടാക്കിയെടുത്തു. പി ഡി സി പാസായതിനു ശേഷമാണ് അയ്മു പട്ടാളത്തിൽ ചേർന്നത്. അവിടെ രണ്ടുവർഷത്തോളം സേവനമനുഷ്ഠിച്ചതിനുശേഷമാണ് അയ്മു നാട്ടിൽ സാമൂഹ്യപ്രവർത്തനത്തിൽ പങ്കാളിയായത്.

പട്ടാളത്തിൽ ജോലി ചെയ്യുന്ന സമയത്ത് അയ്മുവിനെ ഇംഗ്ലീഷിൽ ചീത്ത പറഞ്ഞു. അദ്ദേഹം ചില അറബി വാക്കുളെല്ലാം ചേർത്ത് എന്തൊ

ക്കെയോ പറഞ്ഞു. മേലധികാരിക്ക് ഒന്നും മനസ്സിലായില്ല. പട്ടാളച്ചിട്ടയിലൊന്നും നില്ക്കാൻ കഴിയാത്തതിലാണ് അയ്മു അവിടെനിന്നും നാട്ടിലേക്ക് പോന്നത്.

അദ്ദേഹം കമ്യൂണിസ്റ്റു പാർട്ടിയിൽ അംഗമായിരുന്നു. ട്രേഡ് യൂണിയന്റെ പ്രവർത്തകനായിരുന്നു. സഖാവ് കുഞ്ഞാലി ജയിലിൽ കിടക്കുന്ന ഘട്ടത്തിൽ അദ്ദേഹത്തിന്റെ ചുമതല വഹിച്ചിരുന്നത് അയ്മു ആയിരുന്നു. പാർട്ടിയോട് അത്രയധികം ബന്ധം അദ്ദേഹത്തിനുണ്ടായിരുന്നു. ഇ എം എസ്, ഇ കെ നായനാർ എന്നിവരൊക്കെ അയ്മുവിന്റെ വീട്ടിൽ ഒളിവിൽ കഴിഞ്ഞിട്ടുണ്ട്.

എന്നിലെ അഭിനേതാവിനെ കണ്ടെത്തിയത് അയ്മുവാണ്. നിലമ്പൂരിൽ നാടക സംസ്കാരത്തിന് തുടക്കംകുറിക്കുന്നതും അയ്മുവായിരുന്നു. അയ്മുവിന്റെ നാടകം എത്രയെത്ര വേദികളിലാണ് കളിച്ചിട്ടുള്ളത്. മനുഷ്യബന്ധങ്ങളുടെ ആഴവും രാഷ്ട്രീയ കാഴ്ചപ്പാടുകളുമാണ് ഈ നാടകങ്ങളുടെ പ്രത്യേകത. *ഇജ്ജ് നല്ലൊരു മന്സ്സനാകാൻ നോക്ക്* എന്ന നാടകത്തിനുപുറമേ *മതിലുകൾ, ചിന്തിക്കുന്ന ഭാഷ* എന്നീ പുസ്തകങ്ങളും അയ്മുവിന്റേതായിട്ടുണ്ട്.

ഇതുകൂടാതെ പ്രസിദ്ധീകരിക്കാത്ത പല നാടകങ്ങളുടെ കൈയെഴുത്തു പ്രതികളും അദ്ദേഹത്തിന്റെ വീട്ടിലുണ്ടായിരുന്നു. ഒരിക്കൽ പി എം താജ് വന്ന് ഇതൊക്കെ എടുത്തുകൊണ്ടുപോയിരുന്നു. അദ്ദേഹം മരിച്ചിട്ട് നാല്പത് കൊല്ലം ആയിക്കാണും. *മതിലുകൾ* എന്ന അദ്ദേഹത്തിന്റെ പുസ്തകം പ്രകാശനം നടക്കുമ്പോൾ അദ്ദേഹം മെഡിക്കൽ കോളേജിൽ ഗുരുതരാവസ്ഥയിൽ കിടക്കുകയായിരുന്നു. ഞാൻ പ്രകാശനം ചെയ്ത *മതിലുകളുടെ* കോപ്പിയുമായി മെഡിക്കൽ കോളേജിൽ ചെന്നപ്പോൾ എന്റെ കൈയ്ക്കു പിടിച്ച് അടുത്തുനിന്ന ഡോക്ടറോട് പറഞ്ഞു: സാർ ഇങ്ങനെ ഒരു പുസ്തകം എഴുതിയിട്ടുണ്ട്. ഡോക്ടർ ഇത് വായിക്കണം. അതായിരുന്നു അവസാനത്തെ കൂടിക്കാഴ്ച. പിറ്റേന്ന് അദ്ദേഹം ഈ ലോകത്തോട് വിടപറഞ്ഞു.

ഡോക്ടർ *മതിലുകൾ* എന്ന നാടകം വായിച്ച് കരഞ്ഞു. ഹിന്ദു–മുസ്ലീം ഐക്യത്തെക്കുറിച്ചായിരുന്നു ആ നാടകം. രണ്ടു സമുദായത്തിലുള്ളവരുടെ പ്രണയമായിരുന്നു ഇതിന്റെ പ്രമേയം. അത് ഇന്നും പ്രസക്തമാണ്.

ഇ എം എസിന്റെ ഉപദേശം

നിലമ്പൂർ ബാലൻ, മേലേതിൽ യൂസഫ്, ഉള്ളാട്ടിൽ മുഹമ്മദ്, ഇ കെ ഉമ്മർ, പി ടി മുഹമ്മദലി, ഗോപാലകൃഷ്ണൻ, എന്റെ ജ്യേഷ്ഠൻ മാനുമുഹമ്മദ് എന്നിവരായിരുന്നു അക്കാലത്ത് അയ്മുവിന്റെ നാടകങ്ങളിൽ അഭിനയിച്ചിരുന്നത്.

അക്കാലത്ത് നാടകങ്ങളിൽ അഭിനയിക്കാൻ സ്ത്രീകളെ കിട്ടുമായിരുന്നില്ല. സ്ത്രീകൾ അഭിനയരംഗത്തേക്ക് വരുന്നത് മോശമാണെന്നാ

യിരുന്നു സമൂഹം വിശ്വസിച്ചിരുന്നത്. അതുകൊണ്ടുതന്നെ ഒരു നാടകത്തിലും പെൺകുട്ടികൾ ഉണ്ടായിരുന്നില്ല. ആണുങ്ങൾ തന്നെ പെൺവേഷം കെട്ടി അഭിനയിക്കുകയാണ് പതിവ്.

ഇജ്ജ് നല്ലൊരു മന്സ്സനാകാൻ നോക്ക് എന്ന നാടകത്തിൽ ജമീല, സാബിറ എന്നീ പെൺകഥാപാത്രങ്ങളുണ്ട്. ജമീലയെ അവതരിപ്പിച്ചത് ഇ കെ ഉമ്മറും സാബിറയെ അവതരിപ്പിച്ചത് പി ടി മുഹമ്മദലിയുമായിരുന്നു. ഒരിക്കൽ ഈ നാടകം കളിക്കുമ്പോൾ ഒരു സംഭവം ഉണ്ടായി, പ്രേമരംഗമാണ്. മുഹമ്മദലി തട്ടം ചൂണ്ടാണിവിരൽകൊണ്ട് ചുരുട്ടി നാണം അഭിനയിക്കുകയായിരുന്നു. ഈ സമയത്ത് തട്ടം തലയിൽനിന്ന് താഴേക്കുവീണു. മുഹമ്മദലിയുടെ യഥാർത്ഥ രൂപം കണ്ടതോടെ ജനങ്ങൾ കൂവാൻ തുടങ്ങി. ഇത് അയ്മുവിന് വലിയ വിഷമമുണ്ടാക്കി. ഇനി മുതൽ സ്ത്രീവേഷം ചെയ്യാൻ സ്ത്രീകൾ തന്നെ വേണമെന്ന ചിന്ത അങ്ങനെയാണുണ്ടാകുന്നത്.

ഒരിക്കൽ പെരിന്തൽമണ്ണയിൽ നാടകം കളിക്കുമ്പോൾ നാടകം കാണാൻ ഇ എം എസും ഉണ്ടായിരുന്നു. ഈ നാടകത്തിലെ സ്ത്രീകഥാപാത്രങ്ങളെ അവതരിപ്പിക്കാൻ രണ്ട് പെൺകുട്ടികൾ കൂടി ഉണ്ടായിരുന്നെങ്കിൽ നന്നായിരുന്നേനേ എന്ന് ഇ എം എസ് അവിടെ വെച്ച് അഭിപ്രായപ്പെട്ടു. ഇതുകൂടി കേട്ടപ്പോൾ അയ്മുവും സുഹൃത്തുക്കളും നാടകത്തിലേക്കായി പെൺകുട്ടികളെ അന്വേഷിക്കാൻ തുടങ്ങി.

നിലമ്പൂർ ബാലൻ ഒരു പെൺകുട്ടിയെ കൊണ്ടുവരാമെന്നേറ്റു. ഇനി ആരെയും കിട്ടുന്നില്ലെങ്കിൽ തന്റെ അനിയത്തിയെ നാടകത്തിൽ അഭിനയിപ്പിക്കാൻ തയ്യാറാണെന്നും ബാലൻ പറഞ്ഞു. അങ്ങനെ ബാലന്റെ സുഹൃത്തായ അപ്പുവിന്റെ സഹോദരി ജാനകി വരാമെന്നേറ്റു. നാടകത്തിലെ മുതലാളിയുടെ ഭാര്യയായി ജാനകിയെ അഭിനയിപ്പിക്കാൻ തീരുമാനിച്ചു. എന്നാലും ഒരാൾകൂടി വേണം. ബാലന്റെ അനിയത്തി അഭിനയിക്കാൻ തയ്യാറായിരുന്നു. പക്ഷേ, ജമീല എന്ന കർഷക കുടുംബത്തിലെ പെൺകുട്ടിയുടെ വേഷം അവൾക്ക് ചേരുമായിരുന്നില്ല. അതുകൊണ്ട് തന്നെ അവളെ ഒഴിവാക്കി. അങ്ങനെയാണ് ഞാൻ ഈ നാടകത്തിലെത്തിച്ചേരുന്നത്.

രഹസ്യമായ റിഹേഴ്സലും യാത്രകളും

കാലിനു വേദനയായി ഞാൻ വീട്ടിൽ വിശ്രമിക്കുന്ന സമയം. വേദന മറക്കാൻ ഉമ്മയുടെ ഗ്രാമഫോണിൽ കേട്ടിട്ടുള്ള ഒരു പാട്ട് ഞാൻ പാടിക്കൊണ്ടിരിക്കുകയായിരുന്നു. ഇതായിരുന്നു ആ പാട്ട്:

തുക്കരാകി മുജേ..
ജാനേ വാലേ....
ദൂനെ അരുമാനോകി ദുനിയാ ലൂട്ടിലി
മുഷ്കുലാനേ.. ബീനപായി ദീത്തമന്നാലുട്ടിലി
ആയി ദുനിയാ ലൂട്ടിലി
ഓ... ജാനേ വാലേ.....

അപ്പോഴാണ് ഇ കെ അയ്മുവും എന്റെ ജ്യേഷ്ഠൻ മാനുമുഹമ്മദും വീട്ടിലേക്ക് കയറിവന്നത്. അവർ വന്നത് ഞാനറിഞ്ഞില്ല. പാട്ടിൽ ലയിച്ചിരുന്നതുകൊണ്ട് എന്റെ മുഖഭാവങ്ങൾ മാറുന്നതും ആംഗ്യങ്ങൾ കാണിക്കുന്നതുമൊന്നും ഞാൻ അറിഞ്ഞിരുന്നില്ല. പക്ഷേ, അതൊക്കെ ഇ കെ അയ്മുവും ജ്യേഷ്ഠനും പിന്നിൽ നിന്ന് കാണുന്നുണ്ടായിരുന്നു. അയ്മു ചോദിച്ചു: "ഇത്രയും പാടാനറിയാമെങ്കിൽ ഇവൾക്കെന്തുകൊണ്ട് നാടകത്തിലഭിനയിച്ചുകൂടാ...?" അയ്മുക്കായ്ക്ക് ഇക്കാര്യം ജ്യേഷ്ഠനോട് ചോദിക്കാൻ ചെറിയൊരു മടിയുള്ളതായി എനിക്കുതോന്നി. "എനിക്ക് കുഴപ്പമൊന്നുമില്ല, അവൾ സമ്മതിച്ചാൽ നാടകത്തിലെടുക്കാം." ജ്യേഷ്ഠൻ പറഞ്ഞു.

ഞാൻ ഉടൻ പറഞ്ഞു, അഭിനയിക്കാൻ റെഡിയാണെന്ന്. അന്നെനിക്ക് പതിനാറ് വയസ്സാണ്. പതിമൂന്നു വയസ്സിൽ ഗർഭിണിയായി പതിനാലാം വയസ്സിൽ പ്രസവിച്ച ആളാണ് ഞാൻ. സ്കൂളിൽ അഞ്ചാം തരം വരെയാണ് പഠിച്ചിട്ടുള്ളത്.

ഞാൻ നാടകത്തിൽ അഭിനയിക്കാമെന്ന് പറഞ്ഞതും ഉമ്മ പെട്ടെന്ന് പറഞ്ഞു: “വേണ്ട.....അത് ഇസ്ലാമിനെതിരാണ്. നമുക്ക് ആരുമില്ലാത്ത താണ്.” അപ്പോൾ ഞാൻ പറഞ്ഞു: “രക്ഷിക്കാൻ കഴിയാത്ത ഒരു മതസ്ഥരും ഞങ്ങളെ ശിക്ഷിക്കുകയും വേണ്ട.” ചെറിയൊരു ഹൃദയ ത്തിൽ നിന്നാണ് ഇത് വന്നതെങ്കിലും അതൊരു വലിയ വാക്കായിരുന്നു.

സാധാരണക്കാരുടെ ഡയലോഗുകൾ

നിലമ്പൂർ യുവജന കലാസമിതിയിലെ ഡോ. ഉസ്മാൻ എന്റെ വേദ നയുള്ള കാൽ പരിശോധിച്ചു. വേദനമാറാനുള്ള ഇഞ്ചക്ഷൻ തന്നു. നാട കത്തിൽ എനിക്ക് പറയേണ്ട ഡയലോഗുകൾ എഴുതിത്തന്നത് അദ്ദേഹ മാണ്.

അങ്ങനെ ഞാൻ നാടകത്തിൽ അഭിനയിക്കാൻ തന്നെ തീരുമാനി ച്ചു. അന്നു രാത്രി തന്നെ ഡയലോഗുകൾ പഠിക്കാൻ തുടങ്ങി. നാട്ടിലുള്ള സാധാരണ മനുഷ്യരുടെ സംഭാഷണങ്ങൾ തന്നെയായിരുന്നു നാടകത്തി ലേതും. അതുകൊണ്ടുതന്നെ എനിക്കതെല്ലാം പെട്ടെന്ന് പഠിക്കാൻ കഴി ഞ്ഞു. എന്റെ ചെറുപ്പത്തിൽ ഞങ്ങടെ വീട്ടിൽ പണിക്കുവരുന്ന ഒരു സ്ത്രീ പാടുന്ന പാട്ടുണ്ടായിരുന്നു. ആ പാട്ട് ഇപ്പോൾ ഓർക്കുകയാണ്:

കാലേ ചെറുപ്പത്തിൽ തീറ്റിപ്പോറ്റി വളർത്തിയേ....
ഒരു പെണ്ണാവും കാലത്ത് കെട്ടിക്കൂടെനിറുത്തിയേ....
ഉണ്ടായ മാരൻ മരിച്ചുപോകും സമയത്ത്
അവരെ ഉന്മേഷക്കൈ എടുത്തുവച്ചെന്റെ മാറത്ത്...
കണ്ടോലുക്കുള്ളത് തീറ്റിക്കല്ലേ പടച്ചോനേ...
കരഞ്ഞുപറയുമിടയ്ക്ക് പോകും പിരിഞ്ഞോനേ...

പിരിഞ്ഞെന്റെ മണിമാരൻ മരിച്ചുപോയി....
പിറകേയാ ശരത്തുംകാത്തിരിപ്പിലായി
ഇടയ്ക്കിടെ പലേകെട്ടും വരുന്നൂ പിന്നെ...
എനിക്കൊട്ടുംമനസ്സില്ലാ മുഷിപ്പു തന്നെ....

ഒരു ആത്മരോദനമാണ് ഈ പാട്ട്. കാരണം, ഒരു മനുഷ്യൻ എടു ത്തുവളർത്തിയ പെൺകുട്ടിയാണിത്. പെൺകുട്ടിക്ക് കുറച്ചു പ്രായമായ പ്പോൾ അയാൾ തന്നെ അവളെ കല്യാണം കഴിച്ചു. ഇത്തരത്തിലുള്ള ആത്മനൊമ്പരമുള്ള പാട്ടായതുകൊണ്ടാവാം ആറു വയസ്സിൽത്തന്നെ ഞാൻ ഇത് കാണാതെ പഠിച്ചത്. ഇത്തരം അനുഭവങ്ങളാണ് നാടക ത്തിൽ അഭിനയിക്കാൻ എനിക്ക് പ്രേരണയായത്.

രഹസ്യ റിഹേഴ്സലുകൾ

ഞാൻ നാടകത്തിലെ എന്റെ ഡയലോഗുകളെല്ലാം പഠിച്ചു. പിറ്റേന്ന്

റിഹേഴ്സൽ ഉണ്ടായിരുന്നു. അക്കാലത്ത് റിഹേഴ്സൽ നടത്തിയിരുന്നത് വളരെ രഹസ്യമായിട്ടായിരുന്നു. സഖാവ് യു ബാലന്റെ വീട്ടിൽവെച്ചായിരുന്നു റിഹേഴ്സൽ. വീട്ടിൽനിന്ന് മൂന്നു കിലോമീറ്റർ അകലെയായിരുന്നു സഖാവിന്റെ വീട്. അർദ്ധരാത്രിയിലാണ് റിഹേഴ്സൽ സ്ഥലത്തേക്ക് പോകുന്നത്. പന്ത്രണ്ട് മണി കഴിഞ്ഞിട്ടാണ് റിഹേഴ്സൽ തുടങ്ങുന്നത്. അടുത്തുള്ളവരൊക്കെ ഉണരും മുമ്പേ ഞങ്ങൾ തിരിച്ചുപോരുകയും ചെയ്യും.

കാട്ടിലൂടെയുള്ള യാത്രകൾ

കാടിനുള്ളിലൂടെയാണ് വഴി. യൂസഫ്, ഉണ്ണ്യാൻ, അയ്മു, എന്റെ ജ്യേഷ്ഠൻ മാനു പിന്നെ ഞാൻ എന്നിവർ ഒരു ജാഥപോലെയാണ് നടന്നുപോകുന്നത്. ആർക്കും ഒരു സംശയവും തോന്നാത്ത രീതിയിൽ ഞങ്ങളങ്ങുനടക്കും. വഴിക്ക് ആരെങ്കിലും എന്തെങ്കിലും ചോദിച്ചാൽ അയ്മുക്കായാണ് മറുപടി പറയാറുള്ളത്. വളരെ വിരളമായി മാത്രമേ വഴിയിൽ വെച്ച് ആൾക്കാരെ കണ്ടിരുന്നുള്ളൂ. കാരണം ഞങ്ങൾ പോകുന്നത് പാതിരാത്രിയിലാണല്ലോ, മാത്രമല്ല അക്കാലങ്ങളിൽ ഒരു സമയം കഴിഞ്ഞാൽ ആരും വീട്ടിൽനിന്ന് പുറത്തിറങ്ങുമായിരുന്നില്ല. ചുറ്റും കുറ്റാക്കുരിരുട്ട്. ഒരു വല്ലാത്ത നിശ്ശബ്ദത. അതെല്ലാം അപ്പോൾ ഞങ്ങൾക്ക് അനുഗ്രഹമായാണ് തോന്നാറുള്ളത്. ഞാൻ ആദ്യമായാണ് ഇത്തരം സ്ഥലങ്ങളിലൂടെ യാത്ര ചെയ്യുന്നത്. നാടകത്തിൽ അഭിനയിക്കുന്നുണ്ടെന്ന് പുറത്തറിഞ്ഞാൽ ആരെങ്കിലും പ്രശ്നമുണ്ടാക്കുമോ എന്നു ഭയന്നിട്ടാണ് ഇങ്ങനെ രഹസ്യമായി റിഹേഴ്സൽ നടത്തിയിരുന്നത്.

പതിനഞ്ച് ദിവസംകൊണ്ടാണ് ഈ നാടകം ഞാൻ പഠിച്ചെടുത്തത്. നാടകം സംവിധാനം ചെയ്തത് ഡോ. ഉസ്മാനായിരുന്നു. അയ്മുക്കാന്റെ രചനയും ഉസ്മാന്റെ സംവിധാനവും നടീനടന്മാരുടെ അർപ്പണബോധത്തോടെയുള്ള അഭിനയവും കൂടിയായപ്പോൾ *ഇജ്ജ് നല്ലൊരു മനുസ്സനാകാൻ* നോക്ക് എന്ന നാടകം അതിന്റെ പൂർണ്ണതയിലെത്തി.

‘ഏറനാടിന്റെ വിരിമാറിൽനിന്ന് ഒരു അനാഘ്രാത പുഷ്പം’

ഫറൂക്കിലെ ലക്ഷ്മി കൊട്ടകയിലാണ് എന്റെ ആദ്യത്തെ അരങ്ങേറ്റം. ഓലകൊണ്ടുള്ള ഒരു ഷെഡ്ഡായിരുന്നു ലക്ഷ്മി കൊട്ടക. കമ്യൂണിസ്റ്റ് പാർട്ടിയായിരുന്നു നാടകത്തിന്റെ സംഘാടകർ. അത് 1953 ലാണെന്നാണ് എന്റെ ഓർമ്മ. ഈ സമയത്ത് തലേദിവസത്തെ പത്രവാർത്തയാണോ നോട്ടീസാണോ എന്നെനിക്കറിയില്ല, ‘ഏറനാടിന്റെ വിരിമാറിൽ നിന്ന് ഒരു അനാഘ്രാത പുഷ്പം, ആയിഷ എന്ന പെൺകുട്ടി നാടകത്തിലേക്ക്..’ എന്ന തലക്കെട്ടിൽ ഒരു പരസ്യവാചകം പ്രത്യക്ഷപ്പെട്ടത്. ‘ആരാണിത്...? ഏറനാട്ടിൽ നിന്ന് ഏതു പെൺകുട്ടി...?’ നാട്ടുകാരെല്ലാം ഇത് കണ്ട് ബേജാറായി. എനിക്കാണെങ്കിൽ ഉള്ളിൽ ഭയമുണ്ടായിരുന്നു. കാരണം കാലം അങ്ങനത്തേതാണ്. മുസ്ലീം യാഥാസ്ഥിതികർ എന്തു ചെയ്യാനും മടിക്കില്ല. കാരണം ഒരു മുസ്ലീം സ്ത്രീ ആദ്യമായി നാടകത്തിലഭിനയിക്കുകയാണ്.

ആദ്യഅരങ്ങിലേക്ക്

ഞാൻ ഫറൂക്കിൽ വണ്ടിയിറങ്ങി പരിപാടിസ്ഥലത്തേക്ക് ചെല്ലുമ്പോൾ അവിടെ മനുഷ്യമഹാസമുദ്രമാണ് കണ്ടത്. എന്തെങ്കിലും ആക്രമണം ഉണ്ടായാൽ തടയുന്നതിനായി ചുവപ്പ് വളണ്ടിയേഴ്സ് സന്നദ്ധരായി നില്പുണ്ടായിരുന്നു. അവർ കൈകോർത്ത് പിടിച്ച് രക്ഷാവലയം തീർത്തുകൊണ്ടാണ് എന്നെ വേദിയിലേക്ക് കൊണ്ടുപോയത്. അപ്പോൾ ആൾക്കാരുടെ കരഘോഷങ്ങൾ എനിക്ക് കേൾക്കാമായിരുന്നു. സ്റ്റേജിലേക്ക് കയറുമ്പോൾ നിലമ്പൂർ ബാലൻ പറഞ്ഞു: “ആ നില്ക്കുന്നതാണ് എം ടി വാസുദേവൻ നായർ. ഇവിടെ *മാതൃഭൂമി*യിൽ ജോലിക്കുവന്നതാണ്.”

ചെറിയ പയ്യനായിരുന്നു. പരിചയപ്പെടാൻ ചെന്നപ്പോൾ നാടകം കഴിഞ്ഞ് ആകാമെന്ന് പറഞ്ഞു.

എം ടിയുടെ അഭിനന്ദനം

നാടകം കഴിഞ്ഞപ്പോൾ എല്ലാ മനുഷ്യരും, നമ്മളെ ഉപദ്രവിക്കാൻ വന്നവരും, കൊല്ലാൻ വന്നവരും, തല്ലാൻ വന്നവരും, സ്നേഹിക്കാൻ വന്നവരും ഒക്കെ ഒറ്റക്കെട്ടായി നിന്ന് നാടകം ഇനിയും കളിച്ചേതീരൂ എന്നു പറയുകയാണ്. ഇതിൽ ഹൃദയസ്പർശിയായ വാക്കുകളുണ്ട്. അതുകൊണ്ട് ഈ നാടകത്തെ എതിർക്കേണ്ട ഒരു കാര്യവുമില്ല എന്ന് നാടകം കാണാനെത്തിയവരിൽ പലരും പറഞ്ഞു. എം ടി വാസുദേവൻ നായർ നാടകം കഴിഞ്ഞ് ഗ്രീൻറൂമിലെത്തി എന്നെ അഭിനന്ദിച്ചു. എം ടിയുടെ *ഓളവും തീരവും* എന്ന സിനിമയിൽ പിന്നീട് ഞാൻ അഭിനയിച്ചു. ഒരു പക്ഷേ, എന്റെ അഭിനയം കണ്ടിട്ടാവും അദ്ദേഹം എന്നെ സിനിമയിലേക്ക് ക്ഷണിച്ചത്. എനിക്ക് പ്രമുഖരിൽനിന്ന് കിട്ടിയ ആദ്യ അഭിനന്ദനം എം ടിയുടേതായിരുന്നു.

ഫാറൂക്കിൽ നാടകത്തിനു ലഭിച്ച സ്വീകരണം ഞങ്ങൾക്ക് ഒരുപാട് അവസരങ്ങൾ തന്നു. പിറ്റേന്നുതന്നെ കോട്ടയ്ക്കലിൽ നാടകം അരങ്ങേറി. എനിക്ക് കുറച്ചൊക്കെ പേടിയുണ്ടായിരുന്നു. വലിയ ജനക്കൂട്ടത്തിനു മുമ്പിലാണല്ലോ ഞാൻ അഭിനയിക്കുന്നത്. നാടകം കണ്ടിറങ്ങുന്നവർ അടുത്തുവന്ന് അഭിപ്രായം പറയുമ്പോൾ എത്ര ഗൗരവത്തോടെയാണ് ആളുകൾ നാടകം കാണുന്നതെന്ന് എനിക്ക് ബോദ്ധ്യമാകും. അതുകൊണ്ട് നമ്മുടെ ഭാഗത്തുനിന്ന് ഒരു പിഴവും വരാതെ നോക്കണം. അതാണ് എനിക്ക് പരിഭ്രമം ഉണ്ടാവാൻ കാരണം. കോട്ടയ്ക്കലിൽ അക്കാലത്ത് മറ്റ് ചില നാടകട്രൂപ്പുകളും പ്രവർത്തിച്ചിരുന്നു.

'മുസ്ലീം സ്ത്രീ നാടകത്തിലേക്കല്ല നരകത്തിലേക്ക്'

കോട്ടയ്ക്കലിലെ അവതരണം കഴിഞ്ഞതോടെ നാടകത്തിന് വലിയ പബ്ലിസിറ്റി കിട്ടി. പലയിടങ്ങളിലും എന്നെ വരവേല്ക്കാൻ ആൾക്കാർ എത്തുമായിരുന്നു. ചില സ്ഥലങ്ങളിൽ ഞങ്ങളുടെ സംഘം എത്തുമ്പോഴേ അനൗൺസ്മെന്റ് കേൾക്കും, 'ഇതാ എത്തിക്കഴിഞ്ഞു കേരളാ നൂർജഹാൻ..'

എന്നാൽ ചില സ്ഥലങ്ങളിലൊക്കെ ഇതിനു ബദലായും അനൗൺസ്മെന്റുകളുണ്ടായി. 'മുസ്ലീം സ്ത്രീ നാടകവേദിയിലേക്കല്ല നരകത്തിലേക്കാണ്' എന്നൊക്കെയായിരുന്നു ആ അനൗൺസ്മെന്റ്. പാർട്ടിയുടെ സംരക്ഷണം ഉള്ളതിനാൽ ആർക്കുമെന്നെ നേരിട്ട് ആക്രമിക്കാൻ ധൈര്യമുണ്ടായിരുന്നില്ല.

ആദ്യകാലത്തൊക്കെ കർഷക സമ്മേളനങ്ങൾ നടക്കുന്ന സ്ഥലങ്ങളിലായിരുന്നു നാടകം കളിച്ചിരുന്നത്. നാടകം നടത്താനുള്ള സ്ഥലത്തേക്കുള്ള യാത്ര വലിയ ദുരിതമായിരുന്നു. കിലോമീറ്ററുകളോളം നടന്നുവേണം എത്താൻ. 'ഇൻക്വിലാബ് സിന്ദാബാദ്' എന്ന് ഉച്ചത്തിൽ മുദ്രാവാക്യം വിളിച്ചുകൊണ്ടാണ് ഞങ്ങൾ വഴിയിലൂടെ നടന്നുപോകുന്നത്.

അതിന് രണ്ട് കാര്യമുണ്ടായിരുന്നു, ഒന്ന് നാടകമുണ്ടെന്ന് ആൾക്കാരെ അറിയിക്കുക. രണ്ടാമതായി ഇത് പാർട്ടി പ്രവർത്തനത്തിന്റെ ഭാഗമാണെന്ന് ജനങ്ങളെ ബോദ്ധ്യപ്പെടുത്തുക. ഒരിക്കൽ നിലമ്പൂരിൽ നിന്ന് മഞ്ചേരിവരെ നടന്നുപോയി നാടകം കളിച്ചിട്ടുണ്ട്.

ഹാർമ്മോണിയപ്പെട്ടി, കർട്ടൻ സെറ്റ് ഉൾപ്പെടെ നാടകത്തിനാവശ്യമായതെല്ലാം തലയിൽ ചുമന്നുകൊണ്ട് മണ്ണെണ്ണ വിളക്കിന്റെ വെളിച്ചത്തിലാണ് യാത്ര. ഇടവഴികളും പാടവരമ്പുകളും കടന്ന് വൈകുന്നേരം നാടകവേദിയിലെത്തണമെങ്കിൽ രാവിലെതന്നെ പുറപ്പടണം. അങ്ങനെ ഒരുപാട് സ്ഥലത്ത് നാടകം അവതരിപ്പിക്കാൻ പോയിട്ടുണ്ട്. അവിടുന്ന് കിട്ടുന്ന ചായയും വെള്ളവുമൊക്കെയാണ് ഏക ഭക്ഷണം. പൈസയൊന്നും ആരുടെ കൈയിലും ഉണ്ടാവില്ല. വീടും പട്ടിണിയാണ്, ഈ പോകുന്നവരൊക്കെയും പട്ടിണിയാണ്.

ഒരിക്കൽ നാടകയാത്രയ്ക്കിടെ ഒരു വീട്ടിലെത്തിയപ്പോൾ അവർ കുഴി കുഴിച്ച് അതിൽ ഇല വെച്ച് കഞ്ഞികുടിക്കാൻ തന്നു. ഇത് ഞങ്ങളുടെ ആദ്യത്തെ അനുഭവമായിരുന്നു. കൂടെ എത്തിയ ചിലർക്ക് മേശപ്പുറത്ത് വിളമ്പിയപ്പോൾ നിലമ്പൂർ കോവിലകത്തെ കുഞ്ഞിക്കുട്ടൻ തമ്പുരാനും ഡോ. ഉസ്മാനും ഇങ്ങനെ കഞ്ഞി തന്നതിനെ എതിർത്തു. ഇവർ സാമൂഹ്യപ്രവർത്തകരാണ്. അല്ലാതെ വെറും നാടക അഭിനയക്കാർ മാത്രമല്ല. എല്ലാവർക്കും ഒരുപോലെ മേശപ്പുറത്ത് കഞ്ഞിവിളമ്പിത്തരാമെങ്കിൽ മാത്രമേ ഞങ്ങൾ കഴിക്കുകയുള്ളൂ എന്ന് അവർ പറഞ്ഞു.

വീട്ടുകാർക്ക് കാര്യം മനസ്സിലായി. എല്ലാവർക്കും മേശപ്പുറത്ത് പാത്രങ്ങളിൽ കഞ്ഞി വിളമ്പിത്തന്നു. നാടകയാത്രയിലെ ഈ അനുഭവം ഒരിക്കലും മറക്കാൻ കഴിയില്ല. കലാകാരന്മാരോടും സാധാരണ ജനങ്ങളോടുമുള്ള അന്നത്തെ ഉന്നതവർഗ്ഗത്തിന്റെ മനോഭാവമാണ് വെളിവാകുന്നത്.

ഞാൻ നാടകം അഭിനയിക്കാൻ തുടങ്ങിയതോടെ സമുദായത്തിൽ വലിയതോതിലുള്ള എതിർപ്പുകളാണ് ഉണ്ടായത്. ചില വിഭാഗക്കാർ വീടുകളിൽപ്പോലും എന്നെ കയറ്റാതായി. സാമുദായിക ആചാരങ്ങളെ ഭയന്ന് ഭക്ഷണം പോലും നല്കാൻ അവർ തയ്യാറായില്ല. സമുദായത്തിന്റെ പൊതു പരിപാടികൾ നടക്കുന്നിടത്ത് എന്നെ അവർ പ്രവേശിപ്പിച്ചില്ല. അഥവാ എവിടെയെങ്കിലും ചെന്നാൽ വലിയ കുറ്റവാളിയെപ്പോലെ എല്ലാവരും എന്നെ തുറിച്ചുനോക്കും. എന്നെ ഇഷ്ടമുള്ളവർ പോലും ഒഴിഞ്ഞുമാറും.

പൈസ കൊടുത്താൽപ്പോലും പീടികയിൽനിന്ന് ഒരു സാധനം പോലും തരാതായതാണ് എന്നെ ഏറ്റവും കൂടുതൽ ദുഃഖിപ്പിച്ചത്. ഈ ഘട്ടങ്ങളിലൊക്കെ ഞങ്ങളുടെ കുടുംബത്തെ സഹായിച്ചത് കുഞ്ഞുക്കുട്ടൻ തമ്പുരാനാണ്. അദ്ദേഹം വണ്ടിയിൽ ഞങ്ങൾക്കുവേണ്ട സാധനങ്ങൾ വീട്ടുമുറ്റത്ത് കൊണ്ടുവന്ന് തരുമായിരുന്നു. അദ്ദേഹം ഞങ്ങളുടെ കലാസമിതിയെയും അകമഴിഞ്ഞ് സഹായിച്ചു.

ഞങ്ങളുടെ പ്രദേശത്ത് എന്നെക്കൊണ്ട് നാടകം കളിപ്പിക്കില്ല എന്നു

പറഞ്ഞ് ഭ്രഷ്ട് കല്പിക്കാൻ ചിലർ രംഗത്തുവന്നു. ഈ അവസരത്തിലും കുഞ്ഞിക്കുട്ടൻ തമ്പുരാനും ഉസ്മാനുമാണ് എനിക്ക് ശക്തമായ പിന്തുണ നല്കിയത്. ആയിഷയെ ഇവിടെ നാടകം കളിപ്പിച്ചില്ലെങ്കിൽ കോഴിക്കോട്ട് പോയി ഞങ്ങൾ നാടകം കളിക്കുമെന്ന് അവർ പറഞ്ഞു. അങ്ങനെയൊന്നും ആയിഷയെ തോല്പിക്കാൻ കഴിയില്ല.

പകൽ പാർട്ടി പ്രവർത്തനം രാത്രി നാടകം

നാടക പ്രവർത്തനത്തോടൊപ്പം ഞാൻ കമ്യൂണിസ്റ്റ് പാർട്ടിയുടെ പ്രവർത്തനങ്ങളിലും സജീവമായി. സമുദായത്തിൽനിന്ന് എതിർപ്പുണ്ടായ, സമയത്തൊക്കെ എനിക്ക് ധൈര്യം തന്നത് കമ്യൂണിസ്റ്റ് പാർട്ടിയുടെ സ്റ്റഡി ക്ലാസുകളിൽനിന്ന് പഠിച്ച പാഠങ്ങളായിരുന്നു. എല്ലാവരോടും അങ്ങോട്ടുകേറി പരിചയപ്പെടാനുള്ള ഒരാത്മവിശ്വാസം കൈവന്നത് പാർട്ടി പ്രവർത്തനത്തിലൂടെയാണ്. ആരെങ്കിലും വിമർശനവുമായി വന്നാൽ ഞാൻ അവർക്ക് ചുട്ട മറുപടി പറയും. ഇതോടെ സമുദായത്തെ പേടിച്ച് എന്നെ അകറ്റി നിർത്തിയവരൊക്കെ പതുക്കെ പതുക്കെ അടുത്തുതുടങ്ങി.

നാടകവും രാഷ്ട്രീയപ്രവർത്തനവും സമാന്തരമായി കൊണ്ടുപോവുകയായിരുന്നു ഞാൻ. നാടകത്തിലേക്ക് ഇറങ്ങുമ്പോൾ ആ കലയെക്കുറിച്ചോ രാഷ്ട്രീയപ്രവർത്തനം ആരംഭിക്കുമ്പോൾ അതിന്റെ സിദ്ധാന്തങ്ങളെക്കുറിച്ചോ എനിക്ക് അറിവൊന്നും ഉണ്ടായിരുന്നില്ല. അനുഭവങ്ങളാണ് എനിക്ക് ഇക്കാര്യത്തിൽ എന്തെങ്കിലുമൊക്കെ അറിവുനല്കിയത്.

അക്കാലത്ത് നിലമ്പൂർ ബാലനാണ് ഞങ്ങൾക്ക് പാർട്ടി ക്ലാസ് എടുത്തിരുന്നത്. രാഷ്ട്രീയമായി നല്ല അറിവും പ്രവർത്തനപരിചയവുമുള്ള ആളായിരുന്നു നിലമ്പൂർ ബാലൻ. എന്റെ കലാജീവിതത്തെ നന്നായി മനസ്സിലാക്കിയിട്ടാണ് എനിക്ക് പാർട്ടിവിദ്യാഭ്യാസം നല്കണമെന്ന നിർദ്ദേശം പാർട്ടി കമ്മിറ്റി നല്കുന്നത്. ദിവസവും ഒരു മണിക്കൂറായിരുന്നു പാർട്ടി ക്ലാസ്. കെ ദാമോദരന്റെ പത്തു പുസ്തകങ്ങളെക്കുറിച്ചാണ് ക്ലാസ്. അതിൽ ആദ്യത്തെ ക്ലാസ് *മനുഷ്യൻ* എന്ന പുസ്തകത്തെ മുൻനിർത്തിയായിരുന്നു.

അതിനുശേഷം മാർക്സ്, എംഗൽസ്, ലെനിൻ, സ്റ്റാലിൻ തുടങ്ങിയവരുടെ ജീവിതകഥകളും പ്രവർത്തനങ്ങളുമൊക്കെ വിവരിച്ചുതരുമായിരുന്നു. ചില നാടകയാത്രകളിൽ ഇടയ്ക്ക് എവിടെയെങ്കിലും വാഹനം നിർത്തിയശേഷം ക്ലാസെടുക്കുന്ന സ്വാഭാവവും നിലമ്പൂർ ബാലനുണ്ടായിരുന്നു. അച്ചടക്കമുള്ള ഒരു കമ്യൂണിസ്റ്റായി എങ്ങനെ ജീവിക്കാമെന്നും മറ്റ് കലാസമിതികളോട് എങ്ങനെയാണ് പെരുമാറേണ്ടതെന്നുമൊക്കെ ഞാൻ പഠിച്ചത് ഈ ക്ലാസുകളിലൂടെയാണ്.

നാടകാഭിനയത്തിനൊപ്പം രാഷ്ട്രീയ പ്രവർത്തനത്തിലും ഞാൻ സജീവമായി. പാർട്ടി പ്രവർത്തനത്തിന്റെ ഭാഗമായി ഞങ്ങൾ ഓരോ വീടുകളിലും കയറി അവരുടെ പ്രശ്നങ്ങൾ പഠിക്കും. ജനങ്ങളുമായി കൂടുതൽ അടുക്കുന്നതിനും പാർട്ടിയെ ജനങ്ങളിലേക്ക് എത്തിക്കുന്നതിനുമായിരുന്നു ഇത്തരം പ്രവർത്തനങ്ങൾ നടത്തിയിരുന്നത്.

രോഗികളായ പലരെയും അവരുടെ വീടുകളിൽനിന്ന് വാഹനത്തിൽ മെഡിക്കൽ കോളേജിൽ കൊണ്ടുപോയി ചികിത്സിച്ചിട്ടുണ്ട്. അന്നൊക്കെ പകൽ രാഷ്ടീയ പ്രവർത്തനവും രാത്രി നാടക അഭിനയവുമായിരുന്നു. അക്കാലത്ത് നാടകത്തിന്റെ നിലനില്പ് എന്നുപറയുന്നത് കമ്യൂണിസ്റ്റ് പാർട്ടിയുടെ പരിപാടികളുമായി ബന്ധപ്പെട്ടായിരുന്നു. അതുകൊണ്ടുതന്നെ പാർട്ടിക്ക് നാടകത്തോടും ജനങ്ങൾക്ക് പാർട്ടിയോടും കൂറും സ്നേഹവുമുണ്ടായിരുന്നു.

എന്റെ രാഷ്ട്രീയ പ്രവർത്തനത്തെക്കുറിച്ചോർക്കുമ്പോൾ ആയിഷാബീവിയുടെ പേരാണ് പെട്ടെന്ന് ഓർമ്മ വരുന്നത്. അവർ കേരള നിയമസഭയിലെ ഡെപ്യൂട്ടി സ്പീക്കറായിരുന്നു. അവർക്കൊപ്പം നിലമ്പൂരിലെ വിവിധ സ്ഥലങ്ങളിൽ ഞാൻ പാർട്ടി പ്രവർത്തനം നടത്തിയിട്ടുണ്ട്. അവർ പ്രസംഗിച്ചിരുന്ന ഒട്ടുമിക്ക വേദികളിലും ഞാൻ അദ്ധ്യക്ഷയായി ഇരുന്നിട്ടുണ്ട്. ആയിഷാബീവിയുടെ പ്രസംഗം എന്നെപ്പോലുള്ളവർക്ക് വലിയ പ്രചോദനമായിട്ടുണ്ട്. ഒരുപക്ഷേ, ഞാൻ പ്രസംഗിക്കാൻ പഠിച്ചതുപോലും അവരിൽ നിന്നാണ്. ജന്മിത്തത്തിനെതിരായും മതതീവ്രവാദത്തിനെതിരായും നിരവധി വേദികളിൽ ഞാനും പ്രസംഗിച്ചിട്ടുണ്ട്. അതിനൊക്കെ എനിക്ക് ധൈര്യവും ആത്മവിശ്വാസവും ഉണ്ടായത് അവരിൽ നിന്നാണ്.

പാലക്കാട് വെച്ചുനടന്ന പാർട്ടിയുടെ നാലാം കോൺഗ്രസിനോടനുബന്ധിച്ച് നാടക മത്സരം നടത്തിയിരുന്നു. ഞങ്ങളുടെ നാടകത്തിനായിരുന്നു സ്വർണ്ണമെഡൽ ലഭിച്ചത്. കെ പി തമ്പി, പ്രതിഭാ തീയേറ്റേഴ്സ്, കാളിദാസ കലാകേന്ദ്രം, കെ ടി മുഹമ്മദിന്റെ നാടക സംഘം ഉൾപ്പെടെ പ്രധാന നാടകസമിതികളെല്ലാം തന്നെ മത്സരത്തിൽ പങ്കെടുത്തിരുന്നു.

ഡാങ്കെ, ബസവ പുന്നയ്യ, സുന്ദരയ്യ, ഇസഡ് എ അഹമ്മദ്, അജയഘോഷ്, രേണുകാ ചക്രവർത്തി, ഷഹീദ, സെയ്ഫുദ്ദീൻ കിച്ച്‌ലു, അലി മുഹമ്മദ് അസ്റാൾ, മഹദ്ദം മുഹയ്ദ്ദീൻ, എ കെ ജി, ഇ എം എസ്, കെ പി ആർ ഗോപാലൻ തുടങ്ങിയ നേതാക്കളെ അവിടെവെച്ച് എനിക്ക് കാണാൻ കഴിഞ്ഞു. പാർട്ടിയുടെ ദേശീയ നേതാക്കളെ അന്നാണ് ഞാൻ

ആദ്യമായി കാണുന്നത്.

മത്സരത്തെ കൂടാതെ പാർട്ടി നേതാക്കൾക്ക് പ്രത്യേകം കാണുന്നതിനായി ഞങ്ങൾ അവിടെ വീണ്ടും നാടകം കളിച്ചു. പാർട്ടി കോൺഗ്രസിൽ വളണ്ടിയറായും ഞാൻ പ്രവർത്തിച്ചിട്ടുണ്ട്. നാടകപ്രവർത്തനത്തിനൊപ്പം രാഷ്ട്രീയപ്രവർത്തനവും കൂടിയായതോടെ സമുദായക്കാർ എതിർപ്പുമായി വീണ്ടും രംഗത്തെത്തി. മുസ്ലീം സ്ത്രീകൾ വീട്ടിൽത്തന്നെ ഒതുങ്ങിക്കഴിയുമ്പോൾ എന്നെപ്പോലെയുള്ളവർ സാമൂഹ്യപ്രവർത്തനം എന്നുപറഞ്ഞ് നാടുനീളെ നടക്കുന്നു എന്നതായിരുന്നു അവരുടെ ആരോപണം.

ഡോ. ഉസ്മാൻ അക്കാലത്ത് തിരഞ്ഞെടുപ്പിൽ മത്സരിച്ചു. അന്ന് മഞ്ചേരി ദ്വയാംഗ മണ്ഡലമാണ്. ഉസ്മാന്റെ തിരഞ്ഞെടുപ്പ് പ്രചരണത്തിൽ ഞങ്ങൾ സജീവമായി പങ്കെടുത്തു. എന്നോടുള്ളതുപോലെ തന്നെ ഉസ്മാന്റെ കലാപ്രവർത്തനങ്ങളോടും സമുദായത്തിന് എതിർപ്പായിരുന്നു. എതിർ പാർട്ടിക്കാരുടെ ജാഥ ഞങ്ങളുടെ വീടിനുമുമ്പിൽ എത്തുമ്പോൾ അവർ ഒരു പാട്ടുപാടുമായിരുന്നു:

'അള്ളാനെ നാടുകടത്തിയ
ഉസ്മാനും നിന്നിട്ടുണ്ട്
ആയിഷാബീ നൃത്തംവച്ചാടുന്ന
ചോപ്പനും വന്നിട്ടുണ്ട്'

ഈ വീടിനുമുമ്പിൽ കുറേനേരം നിന്ന് വളരെ ഉച്ചത്തിലാണ് അവർ പാടുന്നത്. നിലമ്പൂരിൽ പാർട്ടിയുടെ വളർച്ചയ്ക്ക് പ്രധാനകാരണമായത് കലാസമിതിയുടെ പ്രവർത്തനങ്ങളായിരുന്നു. ഓരോ നാടകവും കഴിഞ്ഞു വരുമ്പോൾ നൂറു ഉറപ്പിക ലോക്കൽ കമ്മിറ്റിക്ക് സംഭാവനയായി നല്കണമായിരുന്നു. എല്ലാ ചെലവുകളും കഴിഞ്ഞാൽ പലപ്പോഴും മിച്ചമൊന്നും ഉണ്ടാവാറില്ല. വീട്ടുചെലവിന് പല ദിവസങ്ങളിലും കാശ് തന്നിരുന്നത് ഉസ്മാനായിരുന്നു.

ആ സമയങ്ങളിൽ ഒരു ദിവസം മൂന്നു വേദികളിൽ വരെ നാടകം കളിച്ചിട്ടുണ്ട്. രാവിലെ പത്തുമണിക്ക് കണ്ണൂരാണെങ്കിൽ രാത്രി എട്ടു മണിക്ക് തിരൂരങ്ങാടിയിലും ഒരു മണിക്ക് കരുവാരക്കുണ്ടിലുമായിരുന്നു നാടകം.

പാർട്ടി പ്രവർത്തനവും നാടകവുമായി നടക്കുന്ന കാലത്ത് ഉണ്ടായ ഒരു സംഭവം എനിക്ക് ഒരിക്കലും മറക്കാൻ കഴിയില്ല. എന്നെപ്പോലെ സാധാരണക്കാരിയായ ഒരു നാടകനടിക്ക് കിട്ടാവുന്ന വലിയൊരു അവസരമായാണ് ഞാൻ അതിനെ കാണുന്നത്. ഞങ്ങൾ ചെറുതുരുത്തിയിൽ നാടകം കളിച്ച സംഭവമാണത്. വി ടി ഇന്ദുചൂഡന്റെ ആവശ്യപ്രകാരമാണ് ഞങ്ങൾ ചെറുതുരുത്തി കലാമണ്ഡലത്തിൽ നാടകം അവതരിപ്പിക്കാൻ പോയത്. അദ്ദേഹം അന്ന് *ദേശാഭിമാനി*യിൽ ജോലി ചെയ്യുകയായിരുന്നു. ഞാൻ കലാമണ്ഡലമെന്ന് കേട്ടിട്ടേയുള്ളൂ. പോയിട്ടില്ലായിരുന്നു.

അങ്ങനെ ഞങ്ങൾ കലാമണ്ഡലത്തിലെത്തി. മഹാകവി വള്ള

ത്തോളിന് ഞങ്ങളെ കാണണമെന്ന് ഒരാഗ്രഹം. നാടകത്തിൽ അഭിനയിക്കുന്നത് ഒരു മുസ്ലീം പെൺകുട്ടിയാണെന്ന് അറിഞ്ഞപ്പോഴാണ് കൂടുതലായി താല്പര്യമുണ്ടായത്.

ദൂരെ നിന്ന് വള്ളത്തോൾ വരുന്നതുകണ്ടു. അദ്ദേഹം അടുത്തെത്തിയപ്പോൾ എന്റെ ഉള്ളിൽ ചെറിയ ഭയമായിരുന്നു. വലിയൊരു മനുഷ്യന്റെ മുന്നിലാണല്ലോ ഞാൻ നില്ക്കുന്നത്. അദ്ദേഹം എന്നോട് പേരു ചോദിച്ചു. ആയിഷ എന്നു ഞാൻ പറഞ്ഞു. അദ്ദേഹത്തിന് മനസ്സിലായില്ല. വീണ്ടും ചോദിച്ചു. ഞാൻ രണ്ടുമൂന്നു പ്രാവശ്യം പേരു പറഞ്ഞു.

അപ്പോഴേക്കും അടുത്തുനിന്ന ഒരാൾ പേനയും കടലാസുമായി വന്നു. എന്നോട് കടലാസിൽ പേരെഴുതാൻ പറഞ്ഞു. അദ്ദേഹത്തിന് കേൾവിക്കുറവുണ്ടെന്നുള്ള കാര്യം ഞാൻ അപ്പോഴാണ് തിരിച്ചറിഞ്ഞത്. ഞാൻ എഴുതിയ പേരു വായിക്കുമ്പോൾ ആ മുഖത്തെ സന്തോഷം എനിക്ക് കാണാൻ കഴിഞ്ഞു.

“എനിക്ക് ഒരു മുസ്ലീം കുട്ടിയെ കൊണ്ടുവരാൻ കഴിഞ്ഞില്ലല്ലോ” എന്നു പറഞ്ഞുകൊണ്ട് അദ്ദേഹം എന്നെ കൈയ്ക്കുപിടിച്ച് ചേർത്തു നിർത്തി. എന്റെ നാടക ജീവിതത്തിലെ അവിസ്മരണീയമായ സംഭവമായിരുന്നു അത്.

വേദിയിലേക്ക് പാഞ്ഞുവന്ന വെടിയുണ്ട

വടക്കേ മലബാറിൽ പലഭാഗത്തും ഞങ്ങൾ നാടകം കളിക്കാൻ പോയിട്ടുണ്ട്. കെ പി ആർ ഗോപാലന്റെ നിർദ്ദേശപ്രകാരമായിരുന്നു അവിടെ നാടകം കളിക്കാനുള്ള അവസരം ലഭിച്ചത്. അവിടെ വണ്ടിയിറങ്ങുമ്പോൾ രണ്ട് അനൗൺസ്മെന്റുകൾ മിക്കപ്പോഴും കേൾക്കാം. ഒന്ന് 'ഏറനാടിന്റെ പ്രിയപുത്രി ആയിഷ അഭിനയിച്ച നാടകം ഇന്നുണ്ടായിരിക്കും' ഇതിനു ബദലായാണ് രണ്ടാമത്തെ അനൗൺസ്മെന്റ്. അതിങ്ങനെയാണ്: 'മുസ്ലീം സ്ത്രീ നരകത്തിലേക്കാണ്, ആയിഷയെ ബഹിഷ്കരിക്കുക.' ഇത് കേൾക്കുമ്പോൾ ഞങ്ങൾക്ക് ഒരു ത്രില്ലാണ്.

മുസ്ലീം സ്ത്രീ നാടകത്തിൽ അഭിനയിക്കുന്നു എന്നത് യാഥാസ്ഥിതിക സമുദായപ്രമാണിമാരെയും അവരുടെ ശിങ്കിടികളെയും വിറളി പിടിപ്പിച്ചിരുന്നു. അവർ ആക്രമിക്കാൻ തക്കംപാർത്തിരിക്കുകയായിരുന്നു. ആദ്യ ആക്രമണമുണ്ടായത് കണ്ണൂർ ജില്ലയിലെ പഴയങ്ങാടിയിൽ വെച്ചായിരുന്നു. മുസ്ലീങ്ങൾ തിങ്ങിപ്പാർക്കുന്ന ഒരു സ്ഥലമായിരുന്നു പഴയങ്ങാടി. ഒരിക്കൽ ഞങ്ങൾ നാടകം കളിക്കാനായി അവിടെയെത്തി.

പഴയങ്ങാടി പാലത്തിനടുത്താണ് ഞങ്ങൾ വണ്ടിയിറങ്ങിയത്. നാടകം നടക്കുന്ന ഏഴോം എന്ന സ്ഥലത്തേക്ക് ബോട്ടിലാണ് പോകേണ്ടത്. ഞങ്ങളെല്ലാവരും ബോട്ടിൽ കയറി ഇരുന്നു. അപ്പോഴാണ് ഞാൻ ബോട്ടിൽ ഒട്ടിച്ചിരുന്ന ഞങ്ങളുടെ നാടകത്തിന്റെ നോട്ടീസ് കണ്ടത്. അതിൽ എന്റെ ഫോട്ടോയും ഉണ്ടായിരുന്നു. ബോട്ട് പുറപ്പെടാനായി മണിയടിച്ചപ്പോൾ ദൂരെ നിന്ന് എന്തോ ശബ്ദം കേട്ടു. ഞങ്ങൾ നോക്കുമ്പോൾ കുറെ ആൾക്കാർ വലിയ ജാഥപോലെ വേഗത്തിൽ ബോട്ടിനെ ലക്ഷ്യം വെച്ച് വരികയാണ്.

മുസ്ലീം സ്ത്രീ നാടകവേദിയിലേക്കല്ല, നരകത്തിലേക്കാണ് എന്ന് ആക്രോശിച്ചുകൊണ്ടാണ് അവരുടെ വരവ്. ഞങ്ങൾ ഇത് പ്രതീക്ഷിച്ചി

രുന്നെങ്കിലും വളരെ പെട്ടെന്ന് അത് ഉണ്ടാവുമെന്ന് കരുതിയില്ല. അവർ ലക്ഷ്യംവെക്കുന്നത് എന്നെയാണെന്ന് കൂടെയുള്ളവർക്കും എനിക്കും മനസ്സിലായി. അവരുടെ കൈയിൽ പിക്കാസ്, മൺവെട്ടി. കോടാലി എന്നിവയൊക്കെയുണ്ടായിരുന്നു.

എന്നെ എത്രയും പെട്ടെന്ന് ഒളിപ്പിക്കാനുള്ള ശ്രമമാണ് പിന്നീട് നടന്നത്. എവിടെ ഒളിക്കും? എല്ലാവരും പരസ്പരം നോക്കി. അപ്പോഴാണ് ബോട്ടിന്റെ നടുവിലെ താഴ്ന്ന ഭാഗം ശ്രദ്ധയിൽപ്പെട്ടത്. ആരോ എന്നെ അങ്ങോട്ട് പിടിച്ചിറക്കി. പെട്ടെന്ന് ആർക്കും കാണാനാവാത്തവിധം ഞാനവിടെ കിടന്നു. നാടക സംഘക്കാർ ചുറ്റിനുമായി ചേർന്നിരുന്നു. കുറച്ചുപേർ ബോട്ടിനുപുറത്തേക്ക് കാലുകൾ തൂക്കിയിട്ട് ഇരുന്നു.

ഈ സമയം അക്രമികൾ ബോട്ടിനടുത്തെത്തിക്കഴിഞ്ഞു. ബോട്ട് തങ്ങൾക്ക് പരിശോധിക്കണമെന്ന് അവർ ആവശ്യപ്പെട്ടു. “നിങ്ങടെ നാടകനടി ആയിഷ വന്നിട്ടില്ലേ?” എന്നവർ ചോദിച്ചു. ഇല്ല വന്നിട്ടില്ല. എന്റെ കൂടെയുള്ളവർ മറുപടി പറഞ്ഞു. പക്ഷേ, അവർക്കത് വിശ്വാസമാകാത്തതുപോലെ... അവർ എന്തൊക്കെയോ ചീത്തവിളിച്ചുകൊണ്ട് ബോട്ടിലേക്ക് കയറാൻ ശ്രമിച്ചു. കൂടെയുള്ളവർ അതിനെ ശക്തിയായി ചെറുത്തു. അതുകൊണ്ട് അവർക്ക് ഉള്ളിലേക്ക് കടക്കാൻ കഴിഞ്ഞില്ല. ഞാൻ ശ്വാസമടക്കിപ്പിടിച്ച് കിടന്നു. ഏതുസമയത്തും അവർ ബോട്ടിനുള്ളിലേക്ക് കടന്ന് എന്നെ പിടികൂടുമെന്ന് തന്നെ ഞാൻ വിചാരിച്ചു.

എന്നെ കൈയിൽ കിട്ടാത്തതിന്റെ ദേഷ്യത്തിൽ അവർ തിരിച്ചുപോകാൻ തുടങ്ങുമ്പോഴാണ് ബോട്ടിൽ ഒട്ടിച്ചിരുന്ന നാടകത്തിന്റെ നോട്ടീസ് ചിലരുടെ കണ്ണിൽപ്പെട്ടത്. അതിൽ എന്റെ ഫോട്ടോ ഉണ്ടായിരുന്നല്ലോ. അവരത് വലിച്ചുകീറി വെള്ളത്തിലേക്കെറിഞ്ഞു. എന്നിട്ടും അരിശം തീരാതെ പിക്കാസുകൊണ്ട് ബോട്ടിന്റെ പലകകൾ കുത്തിക്കീറാനും ശ്രമിച്ചു. വന്നതുപോലെ ആക്രോശിച്ചുകൊണ്ട് അവർ തിരിച്ചുപോയി.

അന്ന് എന്നെ അവരുടെ കൈയിൽ കിട്ടിയിരുന്നെങ്കിൽ എന്റെ ജീവിതം അതോടെ അവസാനിക്കുമായിരുന്നു. ഞങ്ങൾ ആ ബോട്ടിൽ തന്നെ നാടകസ്ഥലത്തെത്തി നാടകം അവതരിപ്പിച്ച് മടങ്ങി.

മുട്ടത്ത് നാടകം കളിക്കുമ്പോഴാണ് എനിക്ക് കല്ലേറുകിട്ടുന്നത്. നാടകത്തിന്റെ ഡയലോഗ് പറഞ്ഞുതീരുന്നതിനുമുമ്പേ ഒരു കല്ലുവന്ന് എന്റെ മുഖത്തു പതിച്ചു. നല്ല വേദനയായിരുന്നു. ഒരു നിമിഷം എന്താണ് സംഭവിച്ചതെന്ന് എനിക്ക് മനസ്സിലായില്ല. പക്ഷേ, ഞാൻ പതറിയില്ല. എന്റെ വായിലൂടെ രക്തം ഒഴുകുന്നുണ്ടായിരുന്നു. പക്ഷേ, ഒറ്റ ഡയലോഗുപോലും തെറ്റുകയോ മറക്കുകയോ ചെയ്യാതെ നാടകം പൂർത്തിയാക്കി.

നാടകം എന്റെ ജീവിതത്തോട് ഇതിനകം ഇഴുകിച്ചേർന്നിരുന്നു. അതുകൊണ്ടുതന്നെ എനിക്കെതിരെ വരുന്ന കല്ലുകളെയും ശകാരങ്ങളെയും ഞാൻ സമചിത്തതയോടെ തന്നെ നേരിട്ടു.

അടുത്ത ദിവസം നാദാപുരത്തായിരുന്നു നാടകം കളിച്ചത്. അവിടന്നും കിട്ടി കല്ലേറ്. മുട്ടത്ത് ഒരേറാണ് കിട്ടിയതെങ്കിൽ നാദാപുരത്ത്

മൂന്ന് ഏറാണ് കിട്ടിയത്. അവിടെയും പതറാതെ ഞാൻ നാടകം അഭിനയിച്ചുതീർത്തു.

മഞ്ചേരിയിൽ മേലാക്കത്ത് നാടകം കളിക്കുമ്പോൾ വേദിയിൽ വെച്ചു തന്നെ എന്നെ വധിക്കുവാനുള്ള ഒരു ശ്രമം നടന്നു. ഒരുപക്ഷേ, ഒരു അഭിനേതാവിനും ഇത്തരം അനുഭവം ഉണ്ടാകാനിടയില്ല. പല സ്ഥലത്തും ആക്രമണങ്ങൾ ഉണ്ടാകുന്നതിനാൽ പാർട്ടി വളണ്ടിയറന്മാരുടെ പ്രത്യേക ശ്രദ്ധ ഞങ്ങൾക്കുമേലുണ്ടായിരുന്നു.

മേലാക്കത്ത് നാടകം കളിക്കുമ്പോൾ ആദ്യം പ്രശ്നങ്ങളൊന്നുമുണ്ടായില്ല, നാടകം ഏതാണ്ട് പകുതിയെത്തിയപ്പോൾ എന്റെ തല ലക്ഷ്യമാക്കി ഒരു വെടിയുണ്ട ചീറിപ്പാഞ്ഞുവന്നു. ഭാഗ്യമെന്ന് പറയട്ടെ ഞാൻ ഡയലോഗ് പറഞ്ഞു തല തിരിച്ചതിനാൽ അത് എന്റെ തലയിൽ കയറിയില്ല.

എന്താണ് സംഭവിച്ചതെന്ന് എനിക്കും കൂടെയുള്ളവർക്കും ആദ്യം മനസ്സിലായില്ല. നാടകം കഴിഞ്ഞ് നോക്കുമ്പോഴാണ് കാര്യം മനസ്സിലായത്. എന്നെ കൊല്ലാനായി എയർഗണ്ണുകൊണ്ട് ആരോ വെടിവയ്ക്കുകയായിരുന്നു.

വെടിവെച്ചയാളുടെ ഉന്നം ശരിയായിരുന്നെങ്കിലും എന്റെ ഡയലോഗും അഭിനയവും എന്നെ രക്ഷിച്ചു. ആ ഡയലോഗ് എനിക്ക് ഓർക്കാൻ കഴിയുന്നില്ല. വെടിയുണ്ട ബേക്ക് കർട്ടൻ തുളച്ച് കടന്നുപോയി. അക്കാലത്ത് ബേക്ക് കർട്ടൻ മാത്രമേ ഉപയോഗിച്ചിരുന്നുള്ളൂ. കട്ടൗട്ടുകളൊന്നുമില്ല.

നാടകം തീർന്നപ്പോൾ അവിടത്തെ ചില സഖാക്കൾ വന്ന് ഒരു രഹസ്യ വിവരം അറിയിച്ചു. "നിങ്ങൾ തിരിച്ചുപോകുമ്പോൾ ആക്രമിക്കാനായി ചിലർ തക്കം പാർത്തിരിപ്പുണ്ട്. അതുകൊണ്ട് എടവണ്ണ വഴി തിരിച്ചുപോകണ്ട, പാണ്ടിക്കാട് വഴി പോയാൽ മതി"അവരുടെ നിർദ്ദേശമനുസരിച്ചാണ് ഞങ്ങൾ തിരിച്ചുപോന്നത്.

ഇത്തരത്തിൽ ഒരുപാട് സംഭവങ്ങൾ എനിക്ക് നേരിടേണ്ടി വന്നിട്ടുണ്ട്. വടക്കൊരിടത്ത്, സ്ഥലം എനിക്ക് ഓർമ്മയില്ല. നാടകം കളിക്കാൻ പോയപ്പോൾ ഞങ്ങൾ പോയ വഴി വലിയ തടികളും കല്ലുകളും നിരത്തി ബ്ലോക്ക് ചെയ്തിരുന്നു. ഇന്നത്തെപ്പോലെ ഫോൺ സൗകര്യമൊന്നുമില്ലാത്തതിനാൽ ഒന്നു രണ്ടുപേർ നടന്നു പോയി അടുത്തുള്ള സഖാക്കളെ വിവരം അറിയിച്ചു. അവർ വന്ന് തടസ്സം നീക്കിയാണ് യാത്ര തുടർന്നത്.

നാടകം മനഃപൂർവ്വം താമസിപ്പിക്കാൻ ആരോ ചെയ്ത പണിയാണത്. ഇത്തരം പ്രതിസന്ധികളൊന്നും എന്നെയോ എന്റെ സഖാക്കളെയോ ബാധിച്ചില്ല. വെടിയുണ്ടകളും കല്ലേറുകളും അപമാനവും ചീത്തവിളികളും ഞങ്ങളെ തളർത്തിയില്ല. അതിന്റെ കാരണം പാർട്ടിയിലുള്ള വിശ്വാസമായിരുന്നു.

നാടകത്തെ തകർക്കാൻ ശ്രമിക്കുന്ന ഒരു കൂട്ടർ കച്ചകെട്ടി നടക്കുമ്പോൾ സാധാരണക്കാരായ ജനങ്ങൾ ഞങ്ങളെയും ഞങ്ങളുടെ നാടക

ത്തെയും സ്നേഹിച്ചു. പാർട്ടി നല്കിയ ആത്മവിശ്വാസം ചെറുതായിരുന്നില്ല. അക്കാലത്തെ യാഥാസ്ഥിതിക സമൂഹത്തെ വെല്ലുവിളിച്ച് നാടകവുമായി രംഗത്തിറങ്ങാനും അതിൽ ഉറച്ചുനില്ക്കാനും എനിക്ക് ധൈര്യം തന്നത് പാർട്ടിയുടെയും ജനങ്ങളുടെയും പിന്തുണയും സഹകരണവുമാണ്.

പകൽ പാർട്ടി പ്രവർത്തനവും രാത്രി നാടകം കളിയും. അതായിരുന്നു അന്നത്തെ എന്റെ ജീവിതം. ഞങ്ങൾ ഗ്രാമപ്രദേശങ്ങളിലേക്ക് പോകും. അവിടെയുള്ള പാവപ്പെട്ട മനുഷ്യരുടെ പ്രശ്നങ്ങൾ പഠിക്കുകയും ചെയ്യും. ചില വീടുകളിൽ ചെന്നപ്പോഴാണ് മനുഷ്യരുടെ ജീവിതത്തെക്കുറിച്ച് ആഴത്തിൽ മനസ്സിലാക്കാൻ കഴിഞ്ഞത്. രോഗികളായവരെ ചികിത്സിക്കുന്നതിനായി ആശുപത്രികളിൽ കൊണ്ടുപോകാൻ പോലും നിവൃത്തിയില്ലാത്ത ഒരുപാടുപേരെ ഞങ്ങൾ കണ്ടു. അവരെയൊക്കെ മെഡിക്കൽകോളേജിലും മറ്റ് ആശുപത്രികളിലും കൊണ്ടുപോയി ചികിത്സിക്കാനും അന്ന് പാർട്ടി പ്രവർത്തകർ തയ്യാറായിരുന്നു.

വായനശാലകളും ആർട്ട്സ് ക്ലബ്ബുകളും അക്കാലത്ത് സജീവമായി പ്രവർത്തിച്ചിരുന്നു. അവരുടെ വാർഷിക പരിപാടികൾക്ക് ഞങ്ങൾ നാടകം കളിക്കുമായിരുന്നു. നിലമ്പൂരിൽ തന്നെ ഇരുപത്തഞ്ചോളം വേദികളിൽ *ഇജ്ജ് നല്ലൊരു മനസ്സനാകാൻ നോക്ക്* എന്ന നാടകം കളിച്ചിട്ടുണ്ട്. നിലമ്പൂരിൽ പാർട്ടിയെ വളർത്തിയതിൽ ഈ നാടകത്തിന് വലിയ പങ്കുണ്ട്.

നാടും നാടകവും

നാടകം അഭിനയിക്കുന്നവർ തന്നെയാണ് കർട്ടൺ സെറ്റുകളും മറ്റ് സാമഗ്രികളും ചുമന്നുകൊണ്ട് പോകുന്നത്. ഞാനൊക്കെ എത്രയോ സ്ഥലങ്ങളിൽ ഇങ്ങനെ ചുമന്നുകൊണ്ട് പോയിട്ടുണ്ട്. എന്റെ ബോഡി ഗാർഡ് നാലുപേരുൾപ്പെടെ നാല്പതോളം പേർ ചേർന്നാണ് സാധനങ്ങൾ ചുമന്നുകൊണ്ടുപോകുന്നത്. എട്ടും പത്തും കിലോമീറ്ററുകൾ ഇങ്ങനെ ചുമന്നുകൊണ്ടുപോയി നാടകം കളിച്ചിട്ടുണ്ട്. ചില സ്ഥലങ്ങളിൽ നാട്ടുകാർ ഞങ്ങൾക്ക് നല്ല പ്രോത്സാഹനമാണ് നല്കിയിട്ടുള്ളത്. നാടകം വീണ്ടും കളിക്കാൻ ആവശ്യപ്പെട്ട അനുഭവം വരെ ഉണ്ടായിട്ടുണ്ട്.

ഞങ്ങളുടെ ഗ്രാമത്തിലെ സാധാരണ മനുഷ്യർ ഒത്തുകൂടാറുണ്ടായിരുന്നത് ചെറിയ കവലകളിലായിരുന്നു. അവിടെയുള്ള ആൽത്തറയിൽ പത്തും പതിനഞ്ചും പേർ വൈകുന്നേരം ഉണ്ടാവും. തൊട്ടടുത്തുള്ള പെട്ടിക്കടയിലും ഇത്തരം കൂട്ടായ്മകളുണ്ടാവും. ആ സമയം ഞങ്ങൾ അവിടേക്ക് ചെല്ലും. എന്നിട്ട് അവരോട് രാഷ്ട്രീയ കാര്യങ്ങളും കുട്ടികളുടെ വിദ്യാഭാസകാര്യങ്ങളും ചർച്ചചെയ്യും. ഒപ്പം നാടകത്തെക്കുറിച്ചും പറയും. അവിടെ വരുന്നവരുടെ കൂട്ടത്തിൽ ചിലപ്പോൾ വായനശാല പ്രവർത്തകരും ഉണ്ടാവും. ഞങ്ങൾ പറയുന്നതൊക്കെ കേട്ടുകഴിയുമ്പോൾ വായനശാലയിലും ക്ലബ്ബുകളിലും നാടകം നടത്താമെന്ന് അവർ സമ്മതിക്കും.

'മുറ്റമടിക്കണ് തേച്ചുമിനുക്കണ്'

നാടകത്തിന്റെ പ്രചരണത്തിന് വീടുവീടാന്തരം കയറിയിറങ്ങാൻ അവരോടൊപ്പം ഞങ്ങളും പോകാറുണ്ടായിരുന്നു. പ്രത്യേകിച്ച് മുസ്ലീം സമുദായം തിങ്ങിപ്പാർക്കുന്നിടത്തേക്ക്. അവിടെച്ചെല്ലുമ്പോൾ സ്ത്രീകളെ

കൈയിലെടുക്കാനായി ചില പാട്ടുകളൊക്കെ ഞങ്ങൾ തന്നെ ഉണ്ടാക്കി പാടും. ഞാൻ തന്നെയാണ് പലപ്പോഴും പാട്ടുകൾ പാടാറുള്ളത്:

'മുറ്റമടിക്കണ്, തേച്ചുമിനുക്കണ്
ആനന്ദം കൊള്ളിടുന്നേ.. ഫാത്തിമാ..
ആനന്ദം കൊള്ളിടുന്നേ.... '

ഈ പാട്ട് കേൾക്കുമ്പോൾ അവിടത്തെ സ്ത്രീകൾ പുറത്തേക്ക് ഇറങ്ങിവരും. ഇവരോട് കുട്ടികളെ സ്കൂളിൽ വിടുന്നതിനെക്കുറിച്ചൊക്കെ ഞങ്ങൾ സംസാരിക്കും. ഒട്ടുമിക്ക വീടുകളിലും പട്ടിണിയും ദുരിതവുമായിരിക്കും. വിദ്യാഭ്യാസത്തെക്കുറിച്ചൊക്കെ അറിയണമെങ്കിൽ ഞങ്ങൾ അഭിനയിക്കുന്ന നാടകങ്ങളൊക്കെ വന്ന് കാണണമെന്ന് അവരോട് പറയും. വായനശാലയിൽ പത്രം വായിക്കുന്നത് കേൾക്കാൻ വന്നാൽ നാട്ടിൽ നടക്കുന്ന കാര്യങ്ങളെക്കുറിച്ചൊക്കെ നിങ്ങൾക്കും അറിയാൻ കഴിയും. അപ്പോൾ അവർ പറയും, ഞങ്ങൾക്കിതൊന്നും പാടില്ല. ഭർത്താക്കന്മാരറിഞ്ഞാൽ പ്രശ്നമാകും.

ഞാൻ അവരുടെ നിസ്സഹായത മനസ്സിലാക്കിക്കൊണ്ടുതന്നെ പറയും, ഭക്ഷണം ഉണ്ടാക്കുകയും കുട്ടികളെ നോക്കുകയും ആടിനെ കറക്കുകയും മാത്രമല്ല നമ്മൾ സ്ത്രീകളുടെ ജോലി. മറ്റുള്ളവരുമായി ഇടപഴകണം, നമ്മുടെ ഹൃദയം കൂടി മറ്റുള്ളവരുമായി പങ്കുവയ്ക്കണം. ഇങ്ങനെ പങ്കുവയ്ക്കുമ്പോൾ മാത്രമേ നമുക്കൊരു ലൈഫ് ഉണ്ടാകൂ.

'അള്ളപടച്ച ഭൂമി'

പത്തുപറ നെല്ല് ജന്മി വടിക്കുമ്പോൾ ഇത് പോരാ എന്ന് പറയാൻ നമുക്ക് വിദ്യാഭ്യാസം വേണം. ഈ വിദ്യാഭ്യാസമുണ്ടാകണമെങ്കിൽ നിങ്ങൾ ഭർത്താക്കന്മാരോടും ഇങ്ങനെ പറയണം.

അപ്പോഴും അവർ പറയും തങ്ങൾക്കിതൊക്ക പറയാൻ പേടിയാണെന്ന്. അപ്പോൾ ഞാൻ ഒരു പാട്ട് പാടും:

'പാടത്ത് നെല്ല് വിളഞ്ഞുകാണുമ്പോൾ
ഫാത്തിമ മാറത്ത് കൈവെച്ച്....
പാട്ടമളക്കണെല്ലോ തമ്പുരാന്റെ
പണ്ടാരപ്പത്തായം വീർപ്പിക്കാൻ
പണ്ടാരപ്പത്തായം വീർപ്പിക്കാൻ....
പാടത്ത് നെല്ല്............'

ഇങ്ങനെ പാടുമ്പോൾ ശരിയാണെന്ന് അവർക്ക് തോന്നും. എന്നാലും അവർ പറയും, 'ഞങ്ങൾക്ക് പേടിയാണ്.' അപ്പോൾ ഞങ്ങടെ കൂട്ടത്തിലുള്ള ആണുങ്ങളും പാടും:

'അള്ളാ പടച്ച ഭൂമിയെ ഇന്നൊരു കൂട്ടര്
കുത്തകയാക്കി നിർത്തി
അതിനുടെയളവും അതിരുമെയിതുവരെ

കണ്ടിടുവാന്നേ, ജന്മിയകലെയിരുന്നു
അതിൽ വിളയുന്നതു തിന്നുകയാണേ....അള്ളാ...
തിന്നുകയാണേ... അള്ളാ... തിന്നുകയാണേ....'

അപ്പോൾ അവർക്ക് കാര്യങ്ങൾ മനസ്സിലാകും, നമ്മൾ ഒരു വാഴ വെച്ച് അതുകുലച്ചാൽ വെട്ടാനുള്ള അവകാശം ജന്മിക്കാണ്. ഇതിനെതിരെ സംസാരിക്കണമെങ്കിൽ ഈ ലോകം മുഴുവൻ പിടിച്ചുവെച്ച ഈ തമ്പുരാക്കന്മാരുടെ കൈയിൽനിന്ന് അവകാശങ്ങൾ നേടിയെടുക്കണമെങ്കിൽ നമ്മൾ പഠിക്കണം.

കാടിനോടും കാട്ടുമൃഗങ്ങളോടും പൊരുതി വിളവുണ്ടാക്കി ഭൂമി കിളച്ചുമറിച്ച് വിളവുണ്ടാക്കി ഒരുപറ വടിക്കുമ്പോൾ ഞങ്ങൾക്ക് കൂടുതൽ വേണമെന്ന് പറയാൻ ധൈര്യമുണ്ടാകണമെങ്കിൽ ഞങ്ങളുടെ നാടകം കാണാൻ വരണം. ഇതുപറയുമ്പോൾ അവർ പറയും, തങ്ങൾ നാടകം കാണാൻവരുമെന്ന്. ഇത്രയും പറഞ്ഞ് ഞങ്ങൾ നാടകസ്ഥലത്തേക്ക് പോകും.

കൈമാറപ്പെടുന്ന ചൂട്ടുകറ്റകൾ

അവിടെ ചെല്ലുമ്പോഴുള്ള കാഴ്ച ഞങ്ങളെ അത്ഭുതപ്പെടുത്തും. മൂന്നും നാലും ഗ്രാമങ്ങളിൽ നിന്നുള്ള മുഴുവൻ മനുഷ്യരും സ്ത്രീകളും കുട്ടികളുമടക്കം പായും തലയണയുമായി അവിടെ എത്തിയിരിക്കും. ഒരു ഉത്സവത്തിന്റെ പ്രതീതി. ചിലരൊക്കെ പാത്രങ്ങളുമൊക്കെ എടുത്താണ് വരുന്നത്. അവിടെ വെച്ച് ഭക്ഷണം ഉണ്ടാക്കി കഴിക്കാൻ. ഇതൊക്കെ കാണുമ്പോൾ ഞങ്ങടെ മനസ്സ് തണുക്കും. കാരണം ഞങ്ങൾ പറഞ്ഞ വാക്കുകൾ ഇവർ അനുസരിച്ചല്ലോ.

നാടകം കാണാനെത്തിയ പെൺകുട്ടികളോട് ഞാൻ പറയും, നിങ്ങൾക്കാർക്കെങ്കിലും പാടാൻ കഴിവുണ്ടെങ്കിൽ വേദിയിൽ വന്ന് പാടണമെന്ന്. ഞാനും ഒപ്പം പാടാമെന്ന് പറയും. അത് കേൾക്കുമ്പോൾ കുട്ടികൾക്കൊക്കെ വലിയ താല്പര്യമാണ്. ഡാൻസു ചെയ്യാനറിയാവുന്ന ആൺകുട്ടികളുണ്ടെങ്കിൽ ധൈര്യത്തോടെ കയറിവന്ന് ഡാൻസ് കളിക്കാൻ ഞാൻ പറയും.

തുടർന്ന് നാടകം കണ്ട് കഴിയുമ്പോൾ അവർക്ക് മനസ്സിലാവും തങ്ങൾ ജന്മിമാരാൽ ചൂഷണം ചെയ്യപ്പെടുകയാണെന്ന്. നാടകം കഴിഞ്ഞ് ചൂട്ടുകറ്റയുമായി വീട്ടിലേക്ക് പോകുമ്പോൾ അവർ എല്ലാവരും നാടകത്തെക്കുറിച്ചുള്ള ചർച്ചയിലായിരിക്കും. ഓരോരുത്തരും വീട്ടിനരികിലെത്തുമ്പോൾ കൈയിലെ ചൂട്ടുകറ്റ പുറകേ വരുന്നവർക്ക് കൈമാറും. ഇത് വലിയൊരു സന്ദേശമാണ് നല്കുന്നത്.

ആശയവും വിശപ്പും

പക്ഷേ, ഇന്ന് നമുക്കില്ലാത്തത് ഇത്തരം കൂട്ടായ്മകളാണ്. ഇതൊക്കെയായിരുന്നു ഞങ്ങടെ ആ കാലത്തെ പ്രവർത്തനങ്ങൾ. ഇതിന്റെ

യൊക്കെ ഫലമാണ് ഏറനാട്ടിൽ മുസ്ലീങ്ങളോ മറ്റാരെങ്കിലുമോ നാടകം കളിച്ചാൽ ഇപ്പോൾ ഒരു പ്രശ്നവും ഉണ്ടാവാത്തത്. ആശയപ്രചാരണ രംഗത്ത് ഞങ്ങളേറെ വിജയിച്ചു. എന്നാൽ സാമ്പത്തികമായി ദരിദ്രമായ അവസ്ഥയിലായിരുന്നു.

വേദികൾ ഒരുപാടുണ്ടായി. എന്നാൽ പല സ്ഥലത്തും പണം വാങ്ങാതെയാണ് നാടകം കളിച്ചിരുന്നത്. ചില സ്ഥലങ്ങളിൽ നിന്നൊക്കെ ഭക്ഷണമെങ്കിലും കിട്ടുമായിരുന്നു. 1952 കാലഘട്ടത്തിൽ നാടകത്തിലിറങ്ങിയ എനിക്ക് 1970 ൽ കെ ടി മുഹമ്മദിന്റെ ട്രൂപ്പിലേക്ക് വരുമ്പോഴാണ് 30 രൂപ പ്രതിഫലം കിട്ടിത്തുടങ്ങിയത്.

എന്റെ സൗഹൃദങ്ങൾ

ഒരിക്കൽ കണ്ണൂർ ജില്ലയിലെ ഇരിട്ടിയിൽ നാടകം കളിച്ചുകഴിഞ്ഞപ്പോൾ എനിക്കൊരു സമ്മാനം ലഭിച്ചു. അതൊരു സ്വർണ്ണമെഡലായിരുന്നു. ആദ്യമായാണ് ഒരു സ്വർണ്ണസമ്മാനം എനിക്ക് ലഭിക്കുന്നത്. 'കേരളത്തിന്റെ വീരപുത്രി' എന്ന് ആ മെഡലിൽ എഴുതിയിരുന്നു.

എസ് കെ പൊറ്റെക്കാട്ട് നല്കിയ സമ്മാനവും ഇതേപോലെ ഒന്നായിരുന്നു. മലപ്പുറത്ത് നാടകം കഴിഞ്ഞശേഷം നടന്ന യോഗത്തിൽ വെച്ചാണ് അദ്ദേഹം ആ സമ്മാനം എനിക്കു നല്കിയത്. അതൊരു വാൽക്കണ്ണാടിയായിരുന്നു. എസ് കെ അത് റഷ്യയിൽനിന്ന് കൊണ്ടുവന്നതാണ്. മുഖം നോക്കാൻ ഇതിരിക്കട്ടെ എന്നു പറഞ്ഞാണ് അദ്ദേഹം ആ കണ്ണാടി നല്കിയത്. അത് പിന്നീട് ചലച്ചിത്ര നടൻ കുതിരവട്ടം പപ്പു എന്റെ കൈയിൽനിന്ന് വാങ്ങിക്കൊണ്ടുപോയി.

നാടകം എനിക്ക് നല്കിയത് മറക്കാനാവാത്ത ഒരുപാട് സൗഹൃദങ്ങളാണ്. ഡോ. ഉസ്മാൻ രചിച്ച *ഈ ദുനിയാവിൽ ഞാൻ ഒറ്റയ്ക്കാണ്* എന്ന നാടകത്തിന്റെ റിഹേഴ്സലിൽ വെച്ചാണ് ബാബുരാജിനെ പരിചയപ്പെടുന്നത്. ആ നാടകത്തിന്റെ സംഗീത സംവിധായകൻ അദ്ദേഹമായിരുന്നു. കോഴിക്കോട് അബ്ദുൾ ഖാദർ ആണ് ഈ നാടകത്തിലെ പാട്ടുകൾ പാടിയത്. അദ്ദേഹത്തെയും അന്നാണ് കാണുന്നത്. ശാന്താദേവിയും മച്ചാട്ട് വാസന്തിയും ഈ നാടകത്തിൽ പാടിയിട്ടുണ്ട്. അവരൊക്കെ നാടകത്തിനുവേണ്ടി ജീവിതം സമർപ്പിച്ചവരാണ്.

ബാബുരാജുമായി പിന്നീടുണ്ടായ സൗഹൃദത്തെക്കുറിച്ച് പറയാൻ വാക്കുകൾ ഇല്ല. ഞങ്ങൾ കുടുംബസുഹൃത്തുക്കളായി മാറി. ഞാൻ സിനിമയിലേക്ക് വന്ന സമയത്ത് മദിരാശിയിൽ താമസിക്കുമ്പോൾ അദ്ദേഹവും അവിടെ ഉണ്ടായിരുന്നു. മദിരാശിയിൽ തന്നെ വിവിധ സ്ഥലങ്ങളിൽ താമസിക്കുന്ന സമയത്ത് മറ്റ് പലരുമായും സൗഹൃദം സ്ഥാപിക്കാൻ

കഴിഞ്ഞു. ബാബുരാജ്, നെല്ലിക്കോട് ഭാസ്കരൻ, യേശുദാസ് എന്നിവർ ബാബുരാജിന്റെ വീട്ടിൽ ഒത്തുകൂടുമായിരുന്നു.

അന്ന് യേശുദാസിനോട് എനിക്കിഷ്ടമുള്ള പാട്ടുകൾ പാടാൻ ഞാൻ ആവശ്യപ്പെടും. അദ്ദേഹം ഒരു മടിയുമില്ലാതെ പാടും. താമസമെന്തേ.. വരുവാൻ... ഈ പാട്ട് ഒരുപാട് തവണ ഞാൻ പാടിപ്പിച്ചിട്ടുണ്ട്. ബാബുരാജ് ഈണം നല്കിയ പാട്ടായതിനാൽ അദ്ദേഹം നല്ല പ്രോത്സാഹനവും തരും.

രാഘവൻ മാഷ്, എം കെ അർജ്ജുനൻ, മലബാർ സുകുമാരൻ, സംഗീത സംവിധായകൻ ഉസ്മാൻ, എ ടി ഉമ്മർ, ദേവരാജൻ മാഷ് എന്നിവരുമായും പരിചയപ്പെടുന്നതും സൗഹൃദമുണ്ടാകുന്നതും മദിരാശി ജീവിതകാലത്താണ്.

അറിയപ്പെടുന്നതും അറിയപ്പെടാത്തതുമായ നിരവധി നാടക പ്രവർത്തകരുമായി സൗഹൃദം സ്ഥാപിക്കാൻ എനിക്ക് കഴിഞ്ഞിട്ടുണ്ട്. എന്നാൽ അവരുടെയെല്ലാം പേരുകൾ ഓർമ്മിക്കാൻ കഴിയുന്നില്ല. മുഴുവൻ സമയ നാടകനടിയായതോടെ ഞാൻ മിക്കനാടകങ്ങളും കാണാൻ തുടങ്ങി. അതിൽ അഭിനയിക്കുന്നവരുടെ രീതികൾ പഠിക്കുന്നതിനും അവരിൽ നിന്ന് എന്തൊക്കെ സ്വീകരിക്കാൻ കഴിയുമെന്നും മനസ്സിലാക്കാനുമായിരുന്നു അത്.

കെ പി എ സിയുടെ നാടകങ്ങളൊക്കെ ഞാൻ കണ്ടിരുന്നു. ഒരിക്കൽ എൻ എൻ പിള്ള എന്റെ നാടകം കാണാനിടയായി. നാടകം തീർന്നപ്പോൾ അദ്ദേഹം എന്റെ അടുക്കൽ വന്ന് വളരെ നന്നായി എന്നു പറഞ്ഞ് അഭിനന്ദിച്ചു. അദ്ദേഹം പറഞ്ഞു: " എന്റെ ഒരു നാടകത്തിൽ സഹോദരി ഓമനയാണ് പ്രധാന റോളിൽ അഭിനയിക്കുന്നത്. ഈ റോൾ ഓമന ചെയ്തില്ലായിരുന്നെങ്കിൽ ആയിഷയെ ഞാൻ വിളിക്കുമായിരുന്നു." അത് എനിക്ക് ലഭിച്ച വലിയൊരംഗീകാരമായി ഞാൻ ഇന്നും കരുതുന്നു.

ചെറുകാടുമായും നല്ല സൗഹൃദമായിരുന്നു. അദ്ദേഹത്തിന്റെ നാടകത്തെക്കുറിച്ചുള്ള കാഴ്ചപ്പാടുകൾ എനിക്ക് ഇഷ്ടമാണ്. അദ്ദേഹം നല്ലൊരു മനുഷ്യനായിരുന്നു. *ജ്ജ് നല്ലൊരു മന്സ്സനാകാൻ നോക്ക്* എന്ന നാടകത്തെക്കുറിച്ച് അദ്ദേഹം നല്ലൊരു റിവ്യു എഴുതിയിട്ടുണ്ട്. അത് ഞങ്ങൾക്കെല്ലാം വലിയ പ്രോത്സാഹനമായിരുന്നു. പുലാമന്തോളിൽ നാടകം കളിക്കുന്ന കാലത്ത് ചെറുകാടിന്റെ വീടിനുസമീപമായിരുന്നു ഞങ്ങൾ താമസിച്ചിരുന്നത്.

മുഹമ്മദ് യൂസഫിന്റെ *കണ്ടം ബെച്ച കോട്ട്*, പി എൻ അമാലിക്കോയയുടെ *വമ്പത്തി നീയാണ് പെണ്ണ്* എന്നീ നാടകങ്ങളിൽ ഞാൻ അഭിനയിച്ചിട്ടുണ്ട്. വൈക്കം മുഹമ്മദ് ബഷീറിന്റെ *ന്റുപ്പൂപ്പായ്ക്കൊരാനേണ്ടാർന്നു* എന്ന നോവൽ നാടകമാക്കിയപ്പോൾ അതിലും ഞാൻ അഭിനയിച്ചു. നല്ലൊരു അനുഭവമായിരുന്നു അത്.

ബഷീറിനെപ്പോലെ മഹാനായ ഒരെഴുത്തുകാരന്റെ കൃതിയുടെ നാടകാവിഷ്കാരത്തിൽ അഭിനയിക്കാൻ കഴിഞ്ഞു എന്നത് വലിയൊര

ഭിമാനമായി കരുതുന്നു.

അക്കാലത്ത് നാടകത്തിൽ അഭിനയിക്കണമെന്ന മോഹവുമായി കുതിരവട്ടം പപ്പു ഞങ്ങളുടെ നാടകസംഘത്തിലെത്തി. ആദ്യമൊക്കെ കർട്ടൺ വലിച്ചിരുന്നത് അദ്ദേഹമായിരുന്നു. പിന്നീട് അദ്ദേഹം വലിയൊരു ചലച്ചിത്രനടനാവുകയും മലയാള സിനിമയിയുടെ ചരിത്രത്തിൽ ഇടം പിടിക്കുകയും ചെയ്തു.

കെ ടി മുഹമ്മദും സീനത്തും

കെ ടി മുഹമ്മദിന്റെ നാടകങ്ങളിൽ അഭിനയിച്ചത് എന്റെ നാടക ജീവിതത്തിലെ പ്രധാനപ്പെട്ട ഘട്ടമായിരുന്നു. മുസ്ലീം വനിത നാടകത്തിലേക്ക് എന്ന പത്രവാർത്തകൾ അക്കാലത്ത് വലിയ ചർച്ചാവിഷയമായിരുന്നു. ഒരിക്കൽ കെ ടി മുഹമ്മദ് ദേശീയ നാടക അവാർഡ് വാങ്ങാൻ ഡൽഹിയിൽ പോയി തിരിച്ചെത്തിയപ്പോഴാണ് ഈ വാർത്ത ശ്രദ്ധിക്കുന്നത്. അങ്ങനെ ഒരിക്കൽ കെ ടി ചികിത്സയ്ക്കായി നിലമ്പൂരിലെ ഡോ. ഉസ്മാന്റെ ക്ലിനിക്കിലെത്തി. അവിടെ എത്തിയ അദ്ദേഹം എന്നെക്കുറിച്ചുള്ള വിവരങ്ങൾ ഉസ്മാനിൽ നിന്ന് ചോദിച്ചറിഞ്ഞു. ഒരു മുസ്ലീം വനിതയെ നാടകത്തിലേക്ക് കൊണ്ടുവരിക എന്നത് തന്റെ വലിയൊരു ആഗ്രഹമായിരുന്നു എന്ന് കെ ടി ഉസ്മാനോട് പറഞ്ഞു. അതുകൊണ്ട് ആയിഷയെ തന്റെ ട്രൂപ്പിലേക്ക് ക്ഷണിച്ചാൽ കൊള്ളാമെന്ന് കെ ടി ഉസ്മാനെ അറിയിച്ചു.

ഉസ്മാനാണ് ഈ വിവരം എന്നെ അറിയിച്ചത്. അക്കാലത്ത് ഞങ്ങളെല്ലാം ഒത്തുകൂടാറുള്ളത് ഉസ്മാന്റെ വീട്ടിലായിരുന്നു. വിവരം അറിഞ്ഞ ഞാൻ ഉസ്മാന്റെ വീട്ടിൽ വെച്ചാണ് കെ ടിയെ കാണുന്നത്. അവിടെ വെച്ച് കെ ടി ആദ്യമായി നാടകത്തെക്കുറിച്ച് കുറെ കാര്യങ്ങൾ പറഞ്ഞുതന്നു. അഭിനിയിക്കുമ്പോൾ കണ്ണുകളുടെയും മറ്റും ചലനങ്ങൾ എങ്ങനെയൊക്കെ ആയിരിക്കണമെന്ന് അപ്പോഴാണ് എനിക്ക് മനസ്സിലായത്. അതുവരെ അഭിനയത്തിന്റെ വ്യത്യസ്തമായ തലങ്ങളെക്കുറിച്ചൊന്നും എനിക്ക് വലിയ ധാരണയില്ലായിരുന്നു. കെ ടിയാണ് എനിക്ക് ഇത്തരം അറിവുകളൊക്കെ നല്കിയത്.

ഞാൻ കെ ടിയുടെ നാടകട്രൂപ്പിൽ ചേർന്നു. അവിടെ ചേർന്ന് രണ്ടു വർഷം കഴിഞ്ഞപ്പോഴാണ് ഇ കെ അയ്മുവും എന്റെ ചില സഹപ്രവർത്തകരും മരിക്കുന്നത്. പിന്നീട് അയ്മുവിന്റെ കൂടെ ഉണ്ടായിരുന്നവരിൽ ഞാനും പുനലൂർ ബാലനും എന്റെ ജ്യേഷ്ഠൻ മാനു മുഹമ്മദും മാത്രമേ അവശേഷിച്ചിരുന്നുള്ളൂ.

ആദ്യകാലത്ത് കെ ടി മുഹമ്മദിന്റെ നാടകട്രൂപ്പിന്റെ പേര് ബ്രദേഴ്സ് മ്യൂസിക് ക്ലബ് എന്നായിരുന്നു. പിന്നീട് എക്സിപിരിമെന്റൽ ആർട്സ് ക്ലബ് എന്നാക്കി മാറ്റി. അവസാനം അതിന്റെ പേര് കലിംഗ തിയേറ്റേഴ്സ് എന്നായിരുന്നു. ഈ മൂന്നു തിയേറ്ററിലും ഞാൻ അഭിനയിച്ചിട്ടുണ്ട്. കലിംഗ തിയേറ്റേഴ്സിന്റെ കാലത്താണ് സീനത്ത് ട്രൂപ്പിലെത്തുന്നത്. അവൾ എന്റെ

ജ്യേഷ്ഠത്തിയുടെ മകളാണ്. അക്കാലത്ത് നടികളെ കിട്ടാനൊക്കെ വലിയ പ്രയാസമായിരുന്നു. കേരളത്തിന്റെ വിവിധ ഭാഗങ്ങളിൽ നാടകട്രൂപ്പുകൾ ആരംഭിച്ചതോടെ നടിമാരെല്ലാം പല ട്രൂപ്പുകളിലേക്ക് അഭിനയിക്കാൻ പോയതാണ് അതിനു കാരണം. ഞാൻ, സീനത്ത്, ശോഭ എന്ന പേരുള്ളൊരു പെൺകുട്ടി എന്നിവരാണ് കെ ടിയുടെ ട്രൂപ്പിൽ ഉണ്ടായിരുന്നത്. ഒരുപാട് നാടകങ്ങളിൽ ഞങ്ങൾ ഒന്നിച്ച് അഭിനയിച്ചു.

കെ ടി യുടെ പ്രശസ്ത നാടകങ്ങളായ *സൃഷ്ടി*യിലും *സ്ഥിതി*യിലും ശ്രദ്ധേയമായ കഥാപാത്രങ്ങളെയാണ് ഞാൻ അവതരിപ്പിച്ചത്.

ഒരു ദരിദ്ര കുടുംബത്തിന്റെ കഥപറയുന്ന *സൃഷ്ടി*യിൽ രണ്ട് വ്യത്യസ്ത മാനങ്ങളുള്ള കഥാപാത്രങ്ങളെയാണ് ഞാൻ അവതരിപ്പിച്ചത്. *സ്ഥിതി*യിൽ പോസ്റ്റുമാസ്റ്ററുടെ ഭാര്യയായാണ് അഭിനയിച്ചത്.

ഇക്കാലത്താണ് ചലച്ചിത്ര പരിഷത്തിന്റെ ചെയർമാനായി കെ ടി മുഹമ്മദിനെ തിരഞ്ഞെടുക്കുന്നത്. അങ്ങനെ അദ്ദേഹം അതിന്റെ പ്രവർത്തനങ്ങളുമായി ബന്ധപ്പെട്ട് തിരുവനന്തപുരത്തേക്ക് പോയി. പിന്നീട് കെ ടിയുടെ ബന്ധുക്കളാണ് ഇവിടെ നാടകത്തിന്റെ കാര്യങ്ങളൊക്കെ നടത്തിയത്. അദ്ദേഹത്തിന്റെ വരുമാനത്തിലായിരുന്നു അവരെല്ലാം ജീവിച്ചിരുന്നത്. ബന്ധുക്കൾക്ക് ഞങ്ങളോട് അത്ര താല്പര്യമില്ലായിരുന്നു. പ്രത്യേകിച്ച് സീനത്തിനോട്. കാരണം കെ ടി അവളെ വിവാഹം കഴിക്കുമോ എന്ന ആശങ്ക അവർക്ക് നേരത്തേ ഉണ്ടായിരുന്നു. അങ്ങനെ വിവാഹം കഴിച്ചാൽ കെ ടിയുടെ സ്വത്തുക്കളൊക്കെ കൈകാര്യംചെയ്യാൻ അവർക്ക് പറ്റില്ലല്ലോ?

അങ്ങനെ ഞങ്ങളെ മൂന്നു പെണ്ണുങ്ങളെയും (ഞാൻ, സീനത്ത്, ശോഭ) ട്രൂപ്പിൽനിന്ന് പുറത്താക്കാൻ കെ ടിയുടെ ബന്ധുക്കൾ തീരുമാനിച്ചു. ഒരിക്കൽ ഒറ്റപ്പാലത്ത് നാടകം കളിച്ച് തിരിച്ചുവന്ന ഞാൻ നാടകത്തിന്റെ ഡ്രസൊക്കെ അലക്കിക്കൊണ്ടിരിക്കുമ്പോൾ കൂടെ അഭിനയിച്ചിരുന്ന ഒരാൾ വീട്ടിലേക്ക് വന്നു. അയാളുടെ കൈവശം ഒരു കത്തുണ്ടായിരുന്നു. ഇതുവരെ സഹകരിച്ചതിനു നന്ദി, ഇനി മുതൽ നിങ്ങളുടെ സഹകരണം ഞങ്ങൾക്കാവശ്യമില്ല. അതായിരുന്നു കത്തിന്റെ ഉള്ളടക്കം. ഞാൻ ഞെട്ടിപ്പോയി. എന്തുകൊണ്ടാണിങ്ങനെ എഴുതിയിരിക്കുന്നതെന്ന് എനിക്കപ്പോൾ മനസ്സിലായില്ല. എന്തായാലും വിവരങ്ങൾ നേരിട്ടറിയാൻ തീരുമാനിച്ചു. ഞാൻ അവരുടെ വീട്ടിലേക്ക് ചെന്നു. നാടക ഡ്രസും എന്റെ കൈയിലുണ്ടായിരുന്നു.

ഞാൻ അവരോട് പറഞ്ഞു: "ഇതുവരെ സഹകരിപ്പിച്ചതിനു നന്ദി. ഇനിയും നിങ്ങളുടെ നാടകത്തിൽ അഭിനയിക്കാൻ ഞങ്ങൾ തയ്യാറല്ല." അപ്പോഴും എനിക്ക് കാര്യമെന്തെന്ന് മനസ്സിലായില്ല. വീട്ടിലുള്ള കെ ടിയുടെ ഒരു ബന്ധു പറഞ്ഞു: "കെ ടി, സീനത്തിനെ വിവാഹം കഴിക്കാനിരിക്കുകയാണെന്ന ഒരു വിവരം ഞങ്ങൾക്ക് കിട്ടി." അപ്പോഴാണ് ഞങ്ങളെ പിരിച്ചുവിട്ടതിന്റെ കാര്യം ഞങ്ങൾക്ക് മനസ്സിലായത്.

ഇതേ സമയത്താണ് എന്റെ മോൾ ആത്മഹത്യക്ക് ശ്രമിക്കുന്നതും.

മൂന്നരമാസം അവളുടെ ചികിത്സയ്ക്കായി മെഡിക്കൽ കോളേജിൽ കഴിഞ്ഞതും. ഞാൻ വല്ലാത്ത മാനസികാവസ്ഥയിലായി. ഇനി നാടകവും അഭിനയവും ഒന്നും വേണ്ട.... എന്നു ഞാൻ തീരുമാനിച്ചു. പക്ഷേ, പിന്നീടാലോചിച്ചപ്പോൾ, മനസ്സറിയാത്ത കാര്യത്തിന് ചീത്തപ്പേരുമായി ഞങ്ങൾ മൂന്നുപേരും എന്തിന് പുറത്തു പോകണം? കെ ടിയുടെ നിലപാട് എന്താണെന്ന് അറിയണം. സീനത്ത് ഇക്കാര്യത്തിൽ എന്നോടൊപ്പം ഉറച്ചുനിന്നു. അങ്ങനെ സീനത്ത് കെ ടിയെ വിളിച്ച് വിവരങ്ങൾ അറിയിച്ചു. ഇതറിഞ്ഞ കെ ടി "ഞാൻ നിന്നെ വിവാഹം കഴിക്കാൻ പോവുകയാണ്" എന്ന് സീനത്തിനോട് പറഞ്ഞു. അന്ന് കെ ടിക്ക് അറുപതും സീനത്തിന് ഇരുപതുമാണ് പ്രായം. കെ ടിയുടെ ബന്ധുക്കളോടുള്ള വാശിയിലാണ് ആ വിവാഹം നടന്നത്.

ആ ബന്ധത്തിൽ ഒരു കുട്ടിയുണ്ട്. അവർ വേർപിരിഞ്ഞെങ്കിലും ഇന്നും സീനത്തിന്റെ മനസ്സിൽ ഒരു ഗുരുവിന്റെ സ്ഥാനമാണ് കെ ടിക്കുള്ളത്.

സിനിമയിലേക്ക്

നാടകരംഗത്തേക്ക് എത്തുമ്പോൾ ഞാൻ ഒരിക്കലും വിചാരിച്ചിരുന്നില്ല സിനിമയിൽ അഭിനയിക്കാൻ കഴിയുമെന്ന്. നാടകത്തിൽ അഭിനയിക്കുന്ന സമയത്ത് ടാക്കീസിൽ പോയി സിനിമകളൊക്കെ കാണാറുണ്ടായിരുന്നു. നിലമ്പൂർ ബാലന്റെ കുടുംബവുമായി ഞങ്ങൾക്ക് അടുത്ത ബന്ധമുണ്ടായിരുന്നതിനാൽ അദ്ദേഹത്തിന്റെ അമ്മയോടൊപ്പമായിരുന്നു ഞാൻ സിനിമയ്ക്ക് പോയിരുന്നത്. അന്ന് നിലമ്പൂരിലെ രാജേശ്വരി ടാക്കീസായിരുന്നു ഞങ്ങളുടെ നാട്ടിലെ ഏക സിനിമാ കൊട്ടക.

1960 ൽ കെ ടി മുഹമ്മദാണ് എന്നെ സിനിമയിലേക്ക് വിളിക്കുന്നത്. *കണ്ടം ബെച്ച കോട്ട്* എന്ന സിനിമയിൽ അഭിനയിക്കാനായിരുന്നു അത്. കെ ടി ആയിരുന്നു അതിന്റെ തിരക്കഥ രചിച്ചത്. സംവിധാനം ടി ആർ സുന്ദരം. സേലത്തെ മോഡേൺ തിയേറ്റേഴ്സിൽ വെച്ചായിരുന്നു ഷൂട്ടിങ്. പങ്കജവല്ലി, അംബിക, നവാസ്, മുത്തയ്യ, തിക്കുറിശ്ശി, നെല്ലിക്കോട് ഭാസ്കരൻ തുടങ്ങിയവരായിരുന്നു ഈ സിനിമയിൽ അഭിനയിച്ചത്.

തിക്കുറിശ്ശിക്ക് ഒരു ഹാജിയാരുടെ വേഷമായിരുന്നു. ഹാജിയാരുടെ വീട്ടിലെ എന്തിനും അധികാരമുള്ള ഒരു വേലക്കാരി ബീത്താത്തയായാണ് ഞാൻ അഭിനയിച്ചത്. ഇതായിരുന്നു എന്റെ ആദ്യ സിനിമ. നാടകത്തിൽ അഭിനയിച്ചതിന്റെ പരിചയം ഉള്ളതുകൊണ്ട് ക്യാമറയ്ക്ക് മുന്നിൽ ആദ്യമായി നിന്നപ്പോൾ എനിക്ക് വലിയ ഭയമൊന്നും ഇല്ലായിരുന്നു.

ഫിലോമിനയും ഞാനും

പിന്നീട് ഞാൻ അഭിനയിച്ചത് മൊയ്തു പടിയത്തിന്റെ *കുട്ടിക്കുപ്പായ*ത്തിലാണ്. അതൊരു തമാശപ്പടമായിരുന്നു. അതിൽ ബഹദൂറിന്റെ ഭാര്യ പേത്താച്ചി എന്ന കഥാപാത്രമായിരുന്നു എനിക്ക്. അതൊരു അഭിനയ

സാദ്ധ്യതയുള്ള വേഷമായിരുന്നു. ഏഷണിക്കാരിയാണ് പേത്താച്ചി. ജയ മാരുതി പ്രൊഡക്ഷൻസിന്റേതായിരുന്നു ഈ ചിത്രം. ഹാസ്യറോളുക ളിൽ സിനിമയിൽ തിളങ്ങിനിന്ന ഫിലോമിനയെ മൊയ്തു പടിയത്തിന് പരിചയപ്പെടുത്തിക്കൊടുത്തത് ഞാനായിരുന്നു. ഞാനും ഫിലോമിനയും നാടകത്തിൽ ഒരുമിച്ച് അഭിനയിച്ചിട്ടുണ്ട്. ഫിലോമിനയുടെ അഭിനയശേ ഷിയെ എനിക്ക് അന്നേ തിരിച്ചറിയാൻ കഴിഞ്ഞിരുന്നു.

*കുട്ടിക്കുപ്പായ*ത്തിനുശേഷം ഞാൻ കുറേ സിനിമകളിൽ അഭിനയി ച്ചു. *തങ്കക്കുട*ത്തിൽ അടൂർ ഭാസിയുടെ ഭാര്യയായിട്ടായിരുന്നു അഭിനയി ച്ചത്. *കുപ്പിവള*യിൽ പത്തിരി ആമിനയായും *സുബൈദ*യിൽ അംബിക യുടെ ഉമ്മയായും *കാത്തിരുന്ന നിക്കാഹിൽ* ഭാസിയുടെ ഉമ്മയായും *കാട്ടു പൂക്കളിൽ* ക്ഷയരോഗിയായും ഞാൻ അഭിനയിച്ചു.

സത്യനും നസീറിനുമൊപ്പം

*കാവ്യമേള*യിലാണ് നസീറുമൊത്ത് ആദ്യമായി അഭിനയിക്കുന്നത്. നസീറിനെ സഹായിക്കുന്ന ഒരു ചായക്കടക്കാരിയുടെ വേഷമായിരുന്നു എനിക്ക്. ലൊക്കേഷനിൽ മറ്റുള്ളവർ നുണപറഞ്ഞും തമാശപ്പാട്ടുകളുമൊ ക്കെയായി സമയം കളയുമ്പോൾ പുസ്തകം വായിക്കുന്ന നസീ റിനെയാണ് ഞാൻ കണ്ടിട്ടുള്ളത്. സ്വന്തം ചേച്ചിയെപ്പോലെയാണ് നസീർ എന്നോട് പെരുമാറിയിരുന്നത്. *ഓളവും തീരവും* എന്ന സിനിമയിൽ ജോസ് പ്രകാശിന്റെ പെങ്ങളായും *ത്രാസ*ത്തിൽ ജീവിത സാഹചര്യങ്ങൾ മൂലം വേശ്യാവൃത്തി സ്വീകരിക്കുന്ന ഒരു സ്ത്രീയുടെ വേഷവും *തേൻ തുള്ളി*കളിൽ ബാലൻ കെ നായരുടെയും *മൈലാഞ്ചി*യിൽ നെല്ലിക്കോട് ഭാസ്കരന്റെയും ഭാര്യയായി ഞാൻ അഭിനയിച്ചിട്ടുണ്ട്.

ഒരിക്കൽ സത്യൻമാഷ് എന്റെ അഭിനയം കണ്ടിട്ട് പറഞ്ഞ വാക്കു കൾ ഇപ്പോഴും എന്റെ മനസ്സിലുണ്ട്: "കുട്ടി ഇവിടെ നില്ക്കേണ്ട ആളല്ല, ഇനിയും ഉയരണം." മലയാള സിനിമയിലെ എക്കാലത്തെയും മികച്ച നടനായിരുന്നു സത്യൻമാഷ്. ഇപ്പോഴുള്ളവർക്ക് അദ്ദേഹത്തെ ശരിക്കറി യില്ല.

ഒരുപാട് സിനിമകളൊക്കെ അഭിനയിച്ചുകഴിഞ്ഞപ്പോൾ എനിക്ക് സിനിമയോടുള്ള താല്പര്യം കുറഞ്ഞു. അതിന്റെ കാരണം ജീവിക്കാൻ ആവശ്യമായ പണം കിട്ടുന്നില്ല എന്നതായിരുന്നു. ഇന്നത്തെ നടിമാർക്ക് കിട്ടുന്നതുപോലെ വലിയ പ്രതിഫലമൊന്നും അന്ന് ഞങ്ങളെപ്പോലുള്ള നടിമാർക്ക് ലഭിക്കില്ലായിരുന്നു. പക്ഷേ, ഒരു കാര്യമുണ്ട്, നാടകത്തേക്കാൾ താരപരിവേഷം സിനിമാക്കാർക്കായിരുന്നു. അത് ഇന്നും അന്നും ഒരു പോലെയാണ്.

സിനിമാനടിമാരെ കാണുക എന്നു പറഞ്ഞാൽ ഒരു അത്ഭുത വസ്തു വിനെ നോക്കുന്നതുപോലെയായിരുന്നു, നാട്ടുകാർക്ക്. അതിന്റെ സുഖം ഞാനും അനുഭവിച്ചിട്ടുണ്ട്. ഒരു കല്യാണത്തിനോ മരിച്ച വീട്ടിലോ ഒക്കെ

പോയാൽ ആൾക്കാർ ചുറ്റും കൂടുമായിരുന്നു. പിന്നെ വർത്തമാനവും സ്വീകരണവും. അങ്ങനെ സമയം പോകും. എന്നാൽ എനിക്ക് ഇതിനോടൊന്നും വലിയ താല്പര്യമുണ്ടായിരുന്നില്ല.

എന്നാൽ സിനിമാക്കാലം എനിക്ക് ഒരുപാട് സൗഹൃദങ്ങൾ തന്നു. അത് എന്റെ അഭിനയ ജീവിതത്തിലെ ഒരു മുതൽക്കൂട്ടാണ്. അക്കാലത്ത് സിനിമയിൽ അഭിനയിക്കണമെങ്കിൽ മദ്രാസിൽ പോയി താമസിക്കണമായിരുന്നു. ഞാൻ പോയാൽപ്പിന്നെ വീട്ടിലാരും ഉണ്ടാകില്ല. അതുമാത്രമല്ല, അവിടെ ചെന്നാൽ സിനിമയിൽ എന്നും ചാൻസ് ഉണ്ടാവണമെന്നും ഇല്ലല്ലോ.

കോമഡിയും സെമി കോമഡിയും ചെയ്യാനായിരുന്നു എനിക്കിഷ്ടം. *കുട്ടിക്കുപ്പായ*ത്തിലെ പേത്താച്ചി എന്ന കഥാപാത്രമാണ് എന്റെ അഭിനയജീവിതത്തിലെ ഏറ്റവും മികച്ച കഥാപാത്രമായി എനിക്ക് തോന്നുന്നത്.

വീണ്ടും നാടകത്തിലേക്ക്

എന്റെ സിനിമാജീവിതത്തിന്റെ ആദ്യഘട്ടം അങ്ങനെ കഴിഞ്ഞു. ജീവിതത്തിന്റെ പ്രാരാബ്ധവും കുടുംബത്തെ ഉപേക്ഷിച്ച് മാറിനില്ക്കാൻ കഴിയാത്ത അവസ്ഥയുംകൊണ്ട് ഞാൻ വീണ്ടും നാടകത്തിലേക്ക് വരാൻ തീരുമാനിച്ചു. ആ സമയത്ത് എന്റെ അനിയത്തി ആമിനയും നാടകരംഗ ത്തേക്ക് വന്നു. ഡോ. ഉസ്മാൻ എഴുതിയ *ഈ ദുനിയാവിൽ ഞാൻ ഒറ്റ യ്ക്കാണ്* എന്ന നാടകത്തിലെ നായിക ആമിനയായിരുന്നു.

അക്കാലത്താണ് ഞങ്ങളുടെ നാടകസംഘത്തിന്റെ പ്രധാനിയായി രുന്ന ഉസ്മാന് കുടുംബപരമായ ചില പ്രശ്നങ്ങൾ ഉണ്ടാവുന്നത്. അതോടെ അദ്ദേഹത്തിന് നാടകരംഗത്തുനിന്നും പാർട്ടി പ്രവർത്തന ത്തിൽനിന്നും വിട്ടുനില്ക്കേണ്ടിവന്നു. അങ്ങനെ നിലമ്പൂരിലെ നാടക സംഘം നിലച്ച അവസ്ഥയിലായി.

അത് എന്റെ ജീവിതത്തിലെ ഏറ്റവും വലിയ പ്രതിസന്ധി ഘട്ടമാ യിരുന്നു. ശരിക്കും പറഞ്ഞാൽ ഉസ്മാന്റെ അഭാവം നിലമ്പൂരിലെ കലാ പ്രവർത്തനങ്ങളെയെല്ലാം സ്തംഭിപ്പിച്ചു എന്നുതന്നെ പറയാം. ഇതോടെ രണ്ട് മൂന്നു വർഷക്കാലം അഭിനയമൊന്നുമില്ലാതെ ഞാൻ വെറുതെയി രുന്നു. അങ്ങനെ വീണ്ടും ദാരിദ്ര്യത്തിന്റെ നാളുകൾ വന്നെത്തി. അത് കുടുംബത്തെ സാരമായി ബാധിക്കാൻ തുടങ്ങി. നാടകം കളിക്കാതെ ജീവിക്കാൻ കഴിയാത്ത അവസ്ഥ. ഒരു നാടകത്തിലെങ്കിലും കളിച്ചാൽ കുടുംബത്തിലെ പട്ടിണി മാറുമല്ലോ എന്നു ഞാൻ ചിന്തിച്ചു. അങ്ങനെ ഒറ്റയൊറ്റ നാടകങ്ങളിൽ അഭിനയിക്കാൻ തുടങ്ങി. പ്രൊഫഷണൽ നാട കവേദിയിൽനിന്ന് അമേച്വർ നാടകവേദിയിലേക്കുള്ള എന്റെ ചുവടുമാറ്റം അങ്ങനെയായിരുന്നു.

അക്കാലത്താണ് സി എൽ ജോസിന്റെ നാടകങ്ങളിൽ ഞാൻ ആഭി നയിക്കുന്നത്. എന്നിട്ടും സാമ്പത്തിക ബുദ്ധിമുട്ടുകൾ മാറിയില്ല. അമ

ചർ നാടകങ്ങളിൽ കിട്ടുന്ന പ്രതിഫലം വളരെ തുച്ഛമായിരുന്നു. അതു മാത്രമല്ല, ജീവിതത്തിൽ നിരവധി പ്രശ്നങ്ങൾ ഒന്നിനുപിറകെ ഒന്നായി വന്നുകൊണ്ടിരുന്നു.

നേരത്തേ റിഹേഴ്സലിന് പോകുന്നതിനും മറ്റും കൂടെ വരാൻ സുഹൃത്തുക്കളൊക്കെ ഉണ്ടായിരുന്നു. എന്നാൽ ആ സമയത്ത് ശരിക്കും ഞാനൊറ്റയ്ക്കായിരുന്നു. നേരത്തേയുള്ള അനുഭവങ്ങളായിരുന്നു എന്റെ ബലം.

ഇങ്ങനെയുള്ള യാത്രകളും അഭിനയവും മടുത്തപ്പോൾ മറ്റൊരു നാടകസംഘം ഉണ്ടാക്കുന്നതിനെക്കുറിച്ച് നിലമ്പൂർ ബാലനുമായും ഇ കെ അയ്മുവുമായും ചർച്ചചെയ്യാൻ ഞാൻ തീരുമാനിച്ചു.

പുതിയൊരു നാടക സമിതി

ഇവരുമായി കൂടി ആലോചിച്ചതിന്റെ ഫലമായി ഞങ്ങളുടെ പഴയ കലാസമിതിയുടെ പേരുമാറ്റി നിലമ്പൂർ ആർട്സ് ക്ലബ് എന്നൊരു സമിതിക്ക് രൂപംകൊടുത്തു. സമിതിക്കുവേണ്ടി അയ്മു വീണ്ടും ഒരു നാടകമെഴുതി. *മതിലുകൾ* എന്നായിരുന്നു അതിന്റെ പേര്.

രാഷ്ട്രീയവും അക്കാലത്തെ സാമുദായിക പ്രശ്നങ്ങളുമെല്ലാം ചർച്ചചെയ്യുന്ന നാടകമായിരുന്നു ഇത്. അതിൽ ലക്ഷ്മിയമ്മ എന്ന കഥാപാത്രത്തെയായിരുന്നു ഞാൻ അവതരിപ്പിച്ചത്. ഈ നാടകത്തിന് ഒരുപാട് വേദികൾ ലഭിച്ചു.

അങ്ങനെ കലാസമിതി വീണ്ടും സജീവമാകുന്ന സമയത്തായിരുന്നു ഇ കെ അയ്മുവിന്റെ വേർപാട്. അദ്ദേഹത്തിന് ക്യാൻസറായിരുന്നു. നാടകത്തിനുവേണ്ടിയും പാർട്ടിക്കുവേണ്ടിയും ജീവിതം ഉഴിഞ്ഞുവെച്ച മഹാനായ കലാകാരനായിരുന്നു അദ്ദേഹം. അയ്മുവിന്റെ വിടവാങ്ങൽ നാടിന് ശൂന്യത സൃഷ്ടിച്ചതുപോലെ ഞങ്ങളുടെ കലാസമിതിയെയും പ്രതിസന്ധിയിലാക്കി. എങ്ങനെയെങ്കിലും സമിതിയെ മുന്നോട്ടുകൊണ്ടുപോകണമെന്ന് ഞങ്ങൾ തീരുമാനിച്ചു.

സമിതിക്കുവേണ്ടി നിലമ്പൂർ ബാലൻ പുതിയൊരു നാടകമെഴുതി. *ധ്രുവങ്ങൾ സന്ധിക്കുന്നു* എന്നായിരുന്നു അതിന്റെ പേര്. ഇതേത്തുടർന്ന് സമിതിക്കുവേണ്ടി പി ജെ ആന്റണി *ഭാഗ്യനക്ഷത്രം* എന്നൊരു നാടകമെഴുതി. അതിലും ഞാനഭിനയിച്ചിട്ടുണ്ട്.

അയ്മുവിന്റെ അഭാവത്തിൽനിന്ന് സമിതി പച്ചപിടിച്ചുവരുന്ന സമയത്താണ് നിലമ്പൂർ ബാലൻ കോഴിക്കോട്ടേക്ക് താമസം മാറ്റിയത്. ഇതോടെ ഞാൻ വീണ്ടും ഒറ്റയ്ക്കായി. കോഴിക്കോട് താമസമാക്കിയ ബാലൻ അവിടെ കളിത്തറ എന്ന പേരിൽ ഒരു നാടകട്രൂപ്പുണ്ടാക്കി. അയ്മുവിന്റെ *മതിലുകൾ, ജ്ജ് നല്ലൊരു മനസ്സനാകാൻ നോക്ക്* എന്നീ നാടകങ്ങൾ അവർ അവിടെ അവതരിപ്പിച്ചു.

റേഡിയോ നാടകത്തിലേക്ക്

എന്റെ ജീവിതം വീണ്ടും പ്രതിസന്ധിയിലായി. അങ്ങനെയാണ് ഞാൻ റേഡിയോ നാടകങ്ങളിൽ അഭിനയിക്കാൻ പോകുന്നത്. അന്ന് കോഴിക്കോട് ആകാശവാണിയിലായിരുന്നു ഒട്ടുമിക്ക നാടകങ്ങളും അഭിനയിച്ചത്. അവിടെവെച്ചാണ് മലയാളത്തിലെ വലിയ എഴുത്തുകാരെയൊക്കെ പരിചയപ്പെടുന്നത്. തിക്കോടിയൻ, കെ എ കൊടുങ്ങല്ലൂർ എന്നിവരൊക്കെ അന്ന് ആകാശവാണിയിലുണ്ടായിരുന്നു.

എൻ പി മുഹമ്മദിന്റെ *എണ്ണപ്പാടം* എന്ന നോവൽ റേഡിയോ നാടകമാക്കിയപ്പോൾ അതിലും ഞാൻ സഹകരിച്ചു. റേഡിയോ നാടകങ്ങളോട് എനിക്ക് വലിയ താല്പര്യമൊന്നും ഇല്ലായിരുന്നു. പ്രേക്ഷകരില്ലാതെ വെറുതെ ഡയലോഗ് പറയുക എന്നത് എന്നെ സംബന്ധിച്ച് വലിയ മടുപ്പുളവാക്കി. എന്നാൽ നല്ല പ്രതിഫലം കിട്ടുമായിരുന്നു. അങ്ങനെ കുറച്ചുകാലം റേഡിയോ നാടകത്തിൽ പിടിച്ചുനിന്നു.

പ്രവാസജീവിതം

സാമ്പത്തികമായ ബുദ്ധിമുട്ടുകൾ വർദ്ധിച്ചുകൊണ്ടിരുന്നു. ഒരു ജോലി ഇല്ലാതെ ജീവിതം മുന്നോട്ടുകൊണ്ടുപോകാനാവാത്ത അവസ്ഥ. അങ്ങനെയിരിക്കെ ഒരു ബസ് യാത്രയ്ക്കിടെ നേരത്തേ പരിചയമുള്ള പുന്നക്കാട് സലാമിനെ കാണാനിടയായി. വിശേഷങ്ങൾ പങ്കുവെക്കവെ ഗൾഫിൽ പോകാൻ താല്പര്യമുള്ള സ്ത്രീകൾ ആരെങ്കിലുമുണ്ടോ എന്ന് അയാൾ ചോദിച്ചു. എന്താണ് അവിടെ ജോലി എന്ന് ഞാൻ ചോദിച്ചു. ഒരു വീട്ടിലെ ജോലിയാണ്. അവിടത്തെ കുട്ടിയെ സ്കൂളിൽ കൊണ്ടുപോവുകയും തിരികെ കൊണ്ടുവരികയും വേണം. അതാണ് പ്രധാനമായും ചെയ്യേണ്ടത്. സലാം പറഞ്ഞു.

ഇതുകേട്ടതോടെ ഞാൻ പെട്ടെന്ന് ചോദിച്ചു: "എന്നാൽ പിന്നെ ഞാനായാലോ?"

തമാശ പറഞ്ഞതാണെന്നോർത്ത് സലാം ചിരിച്ചു. ഞാൻ പറഞ്ഞു, "കാര്യമായിട്ടു പറഞ്ഞതാണ്, ഗൾഫിൽ പോകാൻ ഞാൻ റെഡിയാണ്. അവിടെ എന്തുജോലി ചെയ്യാനും തയ്യാറാണ്."

ഗൾഫിൽ പോകുന്നതിനെക്കുറിച്ച് നേരത്തേ ആലോചന ഉണ്ടായിരുന്നതിനാൽ ഞാൻ പാസ്പോർട്ട് എടുത്തുവെച്ചിരുന്നു. അത് ഉപകാരമായി.

മുഹമ്മദ് റാഫിയുടെ ഖബർ

അങ്ങനെ സലാം ഏജന്റുമായി വീട്ടിൽ വന്നു. വിസ ശരിയാക്കിത്തന്ന ആളുടെ സഹോദരനും ഗൾഫിലേക്ക് പോകുന്നുണ്ടായിരുന്നു. അയാളോടൊപ്പം പോകാമെന്ന് അവർ പറഞ്ഞു. അന്ന് ബോംബെയിൽ ചെന്നിട്ട് അവിടെനിന്നാണ് ഗൾഫിലേക്ക് പോകുന്നത്. ബോംബെയിൽ ഒന്നരമാസമാണ് എനിക്ക് താമസിക്കേണ്ടിവന്നത്. അവിടെ സയണിലായിരുന്നു താമ

സിച്ചത്. ഭക്ഷണം പോലും കഴിക്കാത്ത ദിവസങ്ങളായിരുന്നു അധികവും. സമയം പോകാനായി സയണിൽനിന്ന് മാഹിമിലേക്ക് വെറുതെ നടക്കും. അവിടെയാണ് മുഹമ്മദ് റാഫിയുടെ ശവകുടീരം. അവിടെ നില്ക്കുമ്പോൾ റാഫിയുടെ ഗാനം ചെവിയിൽ മുഴങ്ങുന്നതുപോലെ തോന്നും. മാഹിമിലെ ക്രിസ്ത്യൻ പള്ളിയിലും ഞാൻ പോകുമായിരുന്നു. അവിടെ എത്തുന്നവർ പ്രാർത്ഥിക്കുന്നത് നോക്കിനില്ക്കും. അവർ എനിക്ക് കുറച്ചു ഭക്ഷണം തരും. അങ്ങനെ ദിവസങ്ങൾ തള്ളിനീക്കി.

ആ സമയത്ത് നാട്ടിലേക്ക് ഒരു കത്തുപോലും അയക്കാറില്ലായിരുന്നു. ഞാൻ ജീവിച്ചിരിപ്പില്ല എന്ന് വീട്ടുകാർ വിചാരിച്ചോട്ടെ എന്നു കരുതിയാണ് അങ്ങനെ ചെയ്തത്.

ഒരു ഡൽഹിയാത്രയും കൊള്ളക്കാരും

ഗൾഫ് യാത്രയുടെ പേപ്പറുകൾ ശരിയാക്കുന്നതിനായി ഒരു ദിവസം എനിക്ക് ഡൽഹിയിലേക്ക് പോകേണ്ടിവന്നു. ഏജൻസിക്കാർ തന്ന മുപ്പതിനായിരം രൂപയും എന്റെ കൈയിലുണ്ടായിരുന്നു. ട്രെയിനിലായിരുന്നു യാത്ര. തണുപ്പുകാലമായിരുന്നു. വണ്ടി ചമ്പൽക്കാട് വഴി പോകുന്ന സമയം ഏതു സ്റ്റേഷനിൽ നിന്നാണെന്ന് എനിക്കോർമ്മയില്ല, രണ്ടുപുരുഷന്മാർ എന്റെ കമ്പാർട്ടുമെന്റിൽ കയറി. അവർ വലിയ കട്ടിമീശക്കാരായിരുന്നു. കൊള്ളക്കാരായിരിക്കുമെന്ന് ഞാൻ ഭയന്നു. തണുപ്പും ഭയവും കൊണ്ട് എന്റെ ദേഹം വിറച്ചു. എന്നാൽ ഭാഗ്യത്തിന് അവർ എന്റെ അടുത്തേക്ക് വന്നില്ല. ആവശ്യത്തിനുള്ള വസ്ത്രങ്ങൾ പോലും എന്റെ കൈയിലില്ലായിരുന്നു. ഉടുത്ത സാരിയുടെ തുമ്പ് തലയിലൂടെ ഇട്ട് ഞാൻ പുതച്ചിരുന്നു.

ഞാനിരുന്ന കമ്പാർട്ടുമെന്റിൽ കുറച്ചകലെയായി ഒരു കുടുംബമുണ്ടായിരുന്നു. തണുപ്പു സഹിക്കവയ്യാതെ അവർ അഞ്ചാറു പുതപ്പുകൊണ്ട് മൂടിപ്പുതച്ചാണ് ഇരുന്നത്. ഞാൻ തണുത്തുവിറയ്ക്കുന്നത് കണ്ട് ഒരു സ്ത്രീ വന്ന് അവരുടെ അടുത്തുവന്നിരിക്കാൻ പറഞ്ഞു.

ഡൽഹിയിൽ എത്തിയപ്പോൾ അവിടെ എന്നെ കാത്തുനിന്നവരെ എനിക്ക് മനസ്സിലായില്ല. ഞാനാകെ വിഷമത്തിലായി. ഭാഷയും അറിയില്ല, ആൾക്കാരെയും അറിയില്ല. അങ്ങനെ ഞാൻ ഭയന്നു നില്ക്കുമ്പോൾ ഒരാൾ വന്ന് പരിചയപ്പെട്ടു. അയാൾ ഒരു മലയാളിയായിരുന്നു. അയാൾ എന്നെ സഹായിക്കാൻ തയ്യാറായി. അയാൾ എനിക്ക് കാണേണ്ട ആൾക്കാരെ ഫോണിൽ ബന്ധപ്പെട്ടു. തങ്ങൾ അവിടെ എത്തിയിരുന്നെന്നും ഒരു സിനിമാനടിയെയാണ് അവർ പ്രതീക്ഷിച്ചതെന്നും അങ്ങനെ ഒരാളെ കാണാൻ കഴിയാത്തതിനാലാണ് മടങ്ങിപ്പോന്നതെന്നും അവർ അറിയിച്ചു. ഞാൻ സിനിമകളിലൊക്കെ അഭിനയിച്ചിട്ടുണ്ടെങ്കിലും അവർ പ്രതീക്ഷിച്ചത് ഗ്ലാമറുള്ള ഒരാളെയാണ്. ഞാൻ അവരുടെ കണ്ണിൽപ്പെട്ടില്ല.

റിയാദിൽ

ഒരുവിധത്തിൽ ഞാൻ ട്രാവൽ ഏജൻസിയിലെത്തി. അവിടെ എത്തി

യപ്പോൾ എന്റെയൊരു ബന്ധു അവിടെ ഉണ്ടായിരുന്നു. അലവി എന്നായിരുന്നു അവന്റെ പേര്. എന്റെ പട്ടിണിക്കോലം കണ്ടപ്പോൾ അവൻ ആകെ വിഷമത്തിലായി. അലവി എനിക്ക് ഭക്ഷണവും വസ്ത്രവുമൊക്കെ വാങ്ങിത്തന്നു. തിരിച്ചുപോകാനുള്ള യാത്രാസൗകര്യവും അവൻ ശരിയാക്കി. അതുകൊണ്ട് തിരിച്ചുപോക്ക് എനിക്ക് വലിയ ബുദ്ധിമുട്ടായില്ല. അങ്ങനെ കാര്യങ്ങളെല്ലാം ശരിയാക്കി ഞാൻ ബോംബെയിലേക്ക് തിരിച്ചു.

എല്ലാം ഒരുവിധം നേരെയാക്കിയതിനുശേഷമാണ് ഞാൻ വീട്ടിലേക്ക് വിവരങ്ങളറിയിക്കുന്നത്. അങ്ങനെ 1982 ജനുവരി 10 ന് ഞാൻ റിയാദിൽ വിമാനമിറങ്ങി. കേരളത്തിൽനിന്നും അന്യമായ ഒരു ദേശത്ത് ആദ്യമായി എത്തുകയാണ്. എന്തായാലും ജോലിചെയ്ത് കുടുംബത്തെ രക്ഷപ്പെടുത്തണം. അതുമാത്രമായിരുന്നു എന്റെ ചിന്ത.

നാട്ടിലെ കലാപ്രവർത്തനങ്ങൾക്ക് ഇവിടെ ഒരു സ്ഥാനവുമില്ലെന്നും അതിനൊട്ടു സമയവും ഇല്ലെന്നും മനസ്സിനെ പറഞ്ഞ് പരിശീലിപ്പിച്ചിരുന്നു. റിയാദിൽ ഞാൻ വെറുമൊരു വേലക്കാരി മാത്രമാണ്.

രണ്ടുമൂന്നു മാസം വല്ലാത്ത ബുദ്ധിമുട്ടായിരുന്നു. ഭാഷ അറിയില്ല. അവിടത്തെ മനുഷ്യരെക്കുറിച്ചറിയില്ല. വീട്ടുജോലികൾ ചെയ്ത് ഒരു പരിചയവുമില്ല. ഒരുമാസം കഴിഞ്ഞപ്പോൾ നാട്ടിലേക്ക് മടങ്ങിയാലോ എന്നുവരെ ചിന്തിച്ചിട്ടുണ്ട്. പക്ഷേ, വീട്ടിലെ കാര്യമോർത്തപ്പോൾ എന്തു ത്യാഗം സഹിച്ചും ഇവിടെ നില്ക്കണമെന്ന് ഉറപ്പിച്ചു. ഒന്നര മാസം കൊണ്ട് ഞാൻ അവിടത്തെ ഭാഷ പഠിച്ചു. അങ്ങനെ പത്തൊമ്പതരക്കൊല്ലമാണ് ഞാൻ റിയാദിൽ ജോലി ചെയ്തത്.

ഗദ്ദാമ

ഞാൻ നിന്ന വീട്ടിൽ ജോലിക്കായി ഒരു ഗുജറാത്തി സ്ത്രീയും ഉണ്ടായിരുന്നു. അവൾക്കു ഇംഗ്ലീഷും ഹിന്ദിയും അറബിയുമൊക്കെ നന്നായി അറിയാം. അവൾക്കായിരുന്നു ആ വീട്ടിൽ പ്രാധാന്യം. എന്നെ വീട്ടുകാർക്കു വല്ലാത്ത അവഗണനയായിരുന്നു. പലപ്പോഴും ദുഃഖം സഹിക്കവയ്യാതെ കുളിമുറിയിൽ പോയി ഞാൻ പൊട്ടിക്കരയും. കുറച്ചു കഴിഞ്ഞ് മുഖമൊക്കെ കഴുകി ഒന്നുമറിയാത്തപോലെ വന്നു ജോലി തുടരും.

അവിടെ എന്റെ ജോലി പ്രധാനമായും ക്ലീനിങ്ങായിരുന്നു. അത് വീട്ടുകാർക്ക് നന്നായി പിടിച്ചു. അവിടത്തെ പ്രായം ചെന്ന സ്ത്രീക്ക് എന്നെ വലിയ ഇഷ്ടമായിരുന്നു. അവരുടെ കാര്യങ്ങളെല്ലാം ഞാനാണ് നോക്കിയിരുന്നത്. ഹോസ്പിറ്റലിൽ പോകുന്നതും പുറത്തുപോകുന്നതുമെല്ലാം ഞങ്ങൾ ഒരുമിച്ചായിരുന്നു. ഡോക്ടറോട് രോഗവിവരങ്ങളൊക്കെ പറഞ്ഞിരുന്നത് ഞാനായിരുന്നു. പുറത്തൊക്കെ പോകാൻ തുടങ്ങിയതോടെ മലയാളികളെയും നമ്മുടെ അയൽ സംസ്ഥാനത്തുള്ളവരെയുമൊക്കെ കാണാൻ തുടങ്ങി. അങ്ങനെ കുറച്ച് തമിഴും മുറി ഹിന്ദിയുമൊക്കെ പഠിച്ചു.

മലയാളികൾക്കിടയിൽ

റിയാദിൽ ബത്ത എന്നൊരു സ്ഥലമുണ്ട്. മലയാളികൾ തിങ്ങിപ്പാർക്കുന്ന സ്ഥലം. അവിടെ എനിക്കൊന്ന് പോകണമെന്ന് ഞാൻ ജോലിക്ക് നില്ക്കുന്ന വീട്ടുകാരോട് പറഞ്ഞു. അവിടെ എന്റെ ചില സഹോദരന്മാരുണ്ടായിരുന്നു. ആദ്യം അവർ അവിടേക്ക് പോകാൻ സമ്മതിച്ചില്ല. പിന്നീട് എന്റെ നിർബ്ബന്ധത്തിന് അവർ വഴങ്ങി.

ഞാൻ ഒരു വണ്ടിപിടിച്ച് അവിടേക്ക് യാത്ര തിരിച്ചു. ആ വീട്ടിലെ മൂത്ത മകളാണ് എന്നെ അവിടെ കൊണ്ടുപോയത്. ഞാൻ എങ്ങോട്ടാണ് പോകുന്നതെന്നറിയാൻ മറ്റൊരു വാഹനത്തിൽ വീട്ടുകാർ എന്നെ പിന്തുടരുന്നുണ്ടായിരുന്നു. ഞാൻ ബത്തയിലെത്തിയപ്പോൾ മലയാളികളായ കുറേപ്പേർ ഓടിവന്ന്, ആയിഷാത്ത എന്താ ഇവിടെ? എന്ന് ചോദിച്ചു. അവർക്കെല്ലാം എന്റെ വരവ് വലിയ അത്ഭുതമായി. ഞാനിവിടെ വിട്ടുജോലിക്ക് വന്നതാണെന്ന് അറിഞ്ഞപ്പോൾ പലർക്കും എന്നോട് ദേഷ്യം തോന്നി. “നിങ്ങൾ നാളെത്തന്നെ നാട്ടിലേക്ക് തിരിച്ചുപോണം, നിങ്ങൾ വലിയൊരു കലാകാരിയാണ്. ഇവിടെ നിന്ന് കഷ്ടപ്പെടേണ്ട ആളല്ല.” അവർ പറഞ്ഞു.

എന്നെ പിന്തുടർന്ന വീട്ടുകാർ ഇതുകണ്ട് അമ്പരന്നു. ഞാൻ തിരിച്ച് വീട്ടിലെത്തിയപ്പോൾ അവർക്ക് ഞാൻ നാട്ടിൽ ആരോ ആണെന്ന് മനസ്സിലായി. അവർ വൈകുന്നേരങ്ങളിൽ പുറത്തേക്ക് പോകുമ്പോൾ എന്നെയും കൊണ്ടുപോകാൻ തുടങ്ങി. കുട്ടികളോടൊപ്പം പാട്ടുപാടാനും ഡാൻസ് കളിക്കാനുമൊക്കെ ഞാനും കൂടി. ക്രമേണ ഞാൻ ആ വീട്ടിലെ അംഗത്തെപ്പോലെയായി.

ഓരോ വർഷവും വീട്ടിൽ വന്നു പോകാനുള്ള വിമാനക്കൂലിയും മറ്റും അവരാണ് നല്കിയത്. നാട്ടിൽ പോയി തിരിച്ചെത്തുമ്പോൾ വാഹനവുമായി വീട്ടുകാർ എയർപോർട്ടിൽ കാത്തുനില്ക്കും. ആ കുടുംബത്തിലേക്ക് എന്റെ ബന്ധുക്കളായ ചിലരെക്കൂടി ഞാൻ കൊണ്ടുപോയി.

ഞാൻ സമ്പാദിക്കുന്ന പണമെല്ലാം ഞാൻ എന്റെ വീട്ടിലേക്ക് അയച്ചു. അതു മുഴുവൻ എന്റെ മകൾ ചെലവഴിച്ചു. ഞാൻ മടങ്ങി വരുമ്പോൾ അവൾ വീടുപോലും വിറ്റിരുന്നു. അവൾ വീണ്ടും വിവാഹം കഴിച്ചു. ഇതൊക്കെ എനിക്ക് സഹിക്കാൻ കഴിഞ്ഞില്ല. ഞാൻ എന്റെ മകളുമായി മാനസികമായി അകന്നു. ഞാൻ നാട്ടിലേക്ക് മടങ്ങാൻ തന്നെ തീരുമാനിച്ചു.

പത്തൊമ്പതരക്കൊല്ലമാണ് ഞാൻ റിയാദിൽ വീട്ടുജോലി ചെയ്തത്. എന്റെ സമ്പാദ്യം വട്ടപ്പൂജ്യമായിരുന്നു. ഗൾഫിലെ ജീവിതം എന്നെ ഒരുപാട് പാഠങ്ങൾ പഠിപ്പിച്ചു. വീട്ടുജോലിക്കാരായി പോകുന്ന സ്ത്രീകളുടെ അവസ്ഥ കഷ്ടമാണ്. മാത്രമല്ല ഗൾഫിലെ സാധാരണ തൊഴിലാളികളുടെ ജീവിതവും ദുരിതപൂർണ്ണം തന്നെ.

നാട്ടിലെത്തിയ എന്റെ ജീവിതത്തിൽ വീണ്ടും നാടകത്തിന്റെ തിരശ്ശീല ഉയർന്നു.

അരങ്ങിലേക്ക് വീണ്ടും

നാട്ടിൽ തിരിച്ചെത്തിയപ്പോൾ നിലമ്പൂർ ബാലന്റെ ചരമവാർഷികത്തോടനുബന്ധിച്ചുള്ള ചടങ്ങിന് ക്ഷണിക്കുവാൻ അദ്ദേഹത്തിന്റെ മക്കൾ വീട്ടിൽ വന്നു. ഇരുപതുകൊല്ലംകൊണ്ട് എന്തൊക്കെ മാറ്റങ്ങൾ. കൂടെയുണ്ടായിരുന്ന പലരും മൺമറഞ്ഞു. നാടകം ഇന്നെനിക്ക് ഒരു വിദൂര ഓർമ്മ മാത്രമായി മാറിയിരുന്നു. ബാലന്റെ മക്കളുടെ ക്ഷണം നിരസിക്കാൻ കഴിഞ്ഞില്ല. ആ ചടങ്ങിൽ എനിക്ക് ഒരു പുരസ്കാരം ലഭിച്ചു. അപ്പോഴും നാടകത്തിൽ അഭിനയിക്കണമെന്ന് മനസ്സിൽ പോലും വിചാരിച്ചിരുന്നില്ല. ഇബ്രാഹിം വെങ്ങരയാണ് വീണ്ടും എന്നെ നാടകത്തിലേക്ക് ക്ഷണിച്ചത്. നാടകം എന്നു കേട്ടപ്പോൾ തന്നെ എനിക്ക് ദേഷ്യമാണ് വന്നത്. ഞാൻ ഒന്നും പറഞ്ഞില്ല.

എന്റെ നാടകത്തിലേക്കുള്ള തിരിച്ചുവരവ് വെങ്ങരയുടെ നാടകത്തിലൂടെയാകുന്നതിൽ അയാൾക്കു സന്തോഷമുണ്ടെന്നു പറഞ്ഞു. ഞാൻ മറുപടി പറയാതിരുന്നപ്പോൾ ആലോചിച്ചു തീരുമാനമെടുത്താൽ മതിയെന്നു ഇബ്രാഹിം വെങ്ങര പറഞ്ഞു. രണ്ടരമാസക്കാലംകൊണ്ടാണ് ഞാനൊരു തീരുമാനമെടുത്തത്. ആ സമയത്തു പലരോടും അഭിപ്രായം ചോദിച്ചു. അവരൊക്കെ ഞാൻ നാടകത്തിലേക്ക് തിരിച്ചെത്തണമെന്നു ശക്തമായി പറഞ്ഞു. അങ്ങനെ നാടകത്തിൽ അഭിനയിക്കാൻ സമ്മതമാണെന്നു അറിയിച്ചുകൊണ്ടു ഞാൻ ഇബ്രാഹിം വെങ്ങരയ്ക്ക് എഴുതി. വെങ്ങരയ്ക്ക് സന്തോഷമായി.

പ്രവാസകാലം കഴിഞ്ഞ് നാട്ടിലെത്തി അധികനാൾ കഴിയുന്നതിനു മുമ്പ് ഞാനൊരു നാടകത്തിൽ അഭിനയിക്കുകയുണ്ടായി. കെ ടിയുടെ *ഇത് ഭൂമിയാണ്* എന്ന നാടകത്തിന്റെ അമ്പതാം വാർഷികാഘോഷത്തോടനുബന്ധിച്ചായിരുന്നു അത്. എന്റെ നാടകജീവിതത്തിന്റെയും അമ്പതാം വാർഷികമായിരുന്നു അന്ന്. 2002 മെയ് 18 ന് നിലമ്പൂരിൽവെച്ച് എനിക്കും

കെ ടിക്കും ഒരു സ്വീകരണമുണ്ടായിരുന്നു. അന്നാണ് ഞാൻ വീണ്ടും അഭിനയിക്കുന്നത്. ഇനി നാടകത്തിലേക്കില്ലെന്നു ഞാൻ തീരുമാനിച്ചിരുന്നതാണ്. പക്ഷേ, അന്ന് എന്നെ നാടകത്തിൽനിന്നും വിലക്കിയ പലരും അഭിനയിക്കണം എന്നു പറഞ്ഞു നിർബ്ബന്ധിച്ചുകൊണ്ടിരുന്നു. നാടകം കളിക്കുന്നതിന്റെ പേരിൽ മണ്ണാർക്കാടുവെച്ചു എന്റെ ചെകിട്ടിനൊരു അടി കിട്ടിയിരുന്നു. ഇപ്പോൾ ആ ഭാഗത്തെ ചെവി തീരെ കേൾക്കില്ല. അന്ന് അതിനെയൊക്കെ പിന്തുണച്ചവരാണ് ഇന്നു എന്നോട് നാടകം കളിക്കണമെന്നു നിർബ്ബന്ധിക്കുന്നത്.

ഇബ്രാഹിം വെങ്ങരയുടെ *ഉള്ളതു പറഞ്ഞാൽ* എന്ന നാടകത്തിൽ ഉമ്മ എന്ന കഥാപാത്രത്തെയാണ് ഞാൻ അവതരിപ്പിച്ചത്. ഉമ്മയെന്നാൽ നാടിന്റെ ഉമ്മയാണ്. മാനസിക സംഘർഷം അനുഭവിക്കുന്ന എഴുപതു വയസ്സുള്ള ഉമ്മ.

ഇരുപതു വർഷത്തിനുശേഷം ഞാൻ വീണ്ടും അരങ്ങിലെത്തുകയാണ്. നാടും നാടകവും വിട്ട് ജീവിച്ച മരുഭൂമിക്കാലം കടന്നുപോയിരിക്കുന്നു. റിഹേഴ്സലിലോ അരങ്ങത്തോ നാടകത്തിൽനിന്നും അകന്നു നിന്നതിന്റെ യാതൊരു പ്രശ്നവും എന്നെ അലട്ടിയില്ല. ഇബ്രാഹിം വെങ്ങരയുടെ പ്രോത്സാഹനം എനിക്ക് കൂടുതൽ ഊർജ്ജമായി.

രണ്ടായിരത്തി രണ്ട് ആഗസ്ത് ഏഴ്. കോഴിക്കോട് ടൗൺഹാൾ. എന്റെ രണ്ടു പതിറ്റാണ്ടിനു ശേഷമുള്ള നാടകത്തിന്റെ അരങ്ങേറ്റമാണ്. പത്രക്കാരും ടി വിക്കാരുമൊക്കെ വന്നിരുന്നു. വലിയൊരു നേതാവ് വന്നിറങ്ങുന്ന നിലയ്ക്കുള്ള സ്വീകരണമാണ് എനിക്കവിടെ ലഭിച്ചത്.

പിറ്റേ കൊല്ലത്തെ നാടകവുമായി ബന്ധപ്പെട്ടപ്പോഴാണ് പ്രൊഫഷണൽ നാടകം എന്ന ഒരു അവസ്ഥയെ മനസ്സിലാക്കാൻ കഴിഞ്ഞത്. നീണ്ടകാലത്തെ ഇടവേളയിൽ നാടകം ഒരുപാടു മാറിയതായി ഞാനറിഞ്ഞു. കല കച്ചവടമായി മാറിയിരിക്കുന്നു. ഖാൻ കാവിലിന്റെ നാടകത്തിലാണ് പിന്നീട് ഞാൻ അഭിനയിച്ചത്. ആ നാടകം കുറെ വേദികളിൽ അവതരിപ്പിച്ചു.

സ്വന്തമായൊരു വീട്

മലയാളത്തിലെ പ്രശസ്തരായ പല നാടക പ്രവർത്തകരോടും സമിതികളോടുമൊപ്പം പ്രവർത്തിക്കുവാൻ എനിക്കു കഴിഞ്ഞു. കുറച്ചുകാലം സംഗീതനാടക അക്കാദമിയിൽ ചെയർപേഴ്സണായിരുന്നു. നടൻ മുരളിയൊക്കെയുള്ള സമയത്താണിത്. കേരളത്തിലെ സാംസ്കാരിക പ്രവർത്തകർ ചേർന്നാണ് എനിക്കൊരു വീട് വെച്ചു നല്കുന്നത്. ബഷീർ ചുങ്കത്തറ, അബു തുടങ്ങിവരൊക്കെ ചേർന്നു ഒരു കമ്മിറ്റിയുണ്ടാക്കി ഫണ്ടു പിരിച്ചെടുത്താണ് വീട് നിർമ്മിച്ചത്. അത്രയും കാലം എനിക്കു സ്വന്തമായി ഒരു വീടുണ്ടായിരുന്നില്ല. എട്ട് കൊല്ലങ്ങൾക്കു മുമ്പാണത്. കുറച്ചുപൈസ ഞാനും മുടക്കിയിട്ടുണ്ട്.

അമ്മ സംഘടനയിൽനിന്നും ഇപ്പോൾ പെൻഷൻ കിട്ടാറുണ്ട്.

അഭിനയം തുടരുന്നു

നാടകത്തിൽനിന്നും സിനിമയിലെത്തിയ ഞാൻ ഇപ്പോഴും സിനിമയിൽ സജീവമാണ്. *കുട്ടിക്കുപ്പായ*ത്തിൽ തുടങ്ങിയ ആ അഭിനയയാത്ര 2014 ൽ പുറത്തിറങ്ങിയ *ആലിഫ്* എന്ന സിനിമയിൽ എത്തി നില്ക്കുന്നു. *ഊമക്കുയിൽ* എന്ന സിനിമയിലെ അഭിനയത്തിന് എനിക്ക് സഹനടിക്കുള്ള അവാർഡു ലഭിച്ചു. എനിക്ക് അഭിനയിക്കാൻ കഴിയുന്നിടത്തോളം കലാരംഗത്തു തുടരാൻ തന്നെയാണ് ആഗ്രഹം.

9 789386 364494

Printed by Libri Plureos GmbH in Hamburg, Germany